Blueprints of Education: Foundations and Methods in Instructional Design

ಶಿಕ್ಷಣದ ನೀಲನಕ್ಷೆಗಳು: ಬೋಧನಾ ವಿನ್ಯಾಸದಲ್ಲಿ ನೆಲೆಗಳು ಮತ್ತು ವಿಧಾನಗಳು

Anika Patel

Copyright © [2023]

Author: Anika Patel

Title: Blueprints of Education: Foundations and Methods in Instructional Design

This book is a self-published work by the author Anika Patel

ISBN:

TABLE OF CONTENTS

- Technology trends: Artificial intelligence, gamification, and virtual reality in education.

- Future of work: Preparing learners for skills and adaptability in a changing world.

- Personalized learning platforms: AI-powered systems for individualized learning journeys.

- Ethical considerations: Privacy, data security, and equity in design and implementation.

TABLE OF CONTENTS

- ನಿರ್ದೇಶನ ವಿನ್ಯಾಸವನ್ನು ವ್ಯಾಖ್ಯಾನಿಸುವುದು: ವ್ಯಾಪ್ತಿ ಮತ್ತು ಉದ್ದೇಶವನ್ನು ಅರ್ಥಮಾಡಿಕೊಳ್ಳುವುದು.

- ಚಿತ್ರಣಗಳ ಅಗತ್ಯ: ಆಧುನಿಕ ಶಿಕ್ಷಣದಲ್ಲಿನ ಸವಾಲುಗಳು ಮತ್ತು ಅವಕಾಶಗಳು.

- ಪರಿಣಾಮಕಾರಿ ವಿನ್ಯಾಸದ ಅಡಿಪಾಯಗಳು: ಕಲಿಕೆಯ ಸಿದ್ಧಾಂತಗಳು, ಜ್ಞಾನಮೀಮಾಂಸೆ ಮತ್ತು ಶಿಕ್ಷಣ ಮನೋವಿಜ್ಞಾನ.

- ವಿನ್ಯಾಸದ ಮನಸ್ಥಿತಿಯನ್ನು ನಿರ್ಮಿಸುವುದು: ಸಾಂಪ್ರದಾಯಿಕ ಬೋಧನೆಯಿಂದ ಉದ್ದೇಶಪೂರ್ವಕ ವಿನ್ಯಾಸಕ್ಕೆ ಬದಲಾಯಿಸುವುದು.

- ಅಗತ್ಯಗಳ ಮೌಲ್ಯೀಕರಣ: ಕಲಿಯುವವರ ಅಗತ್ಯಗಳು, ಗುರಿಗಳು ಮತ್ತು ಸಂದರ್ಭವನ್ನು ಗುರುತಿಸುವುದು.

- ಪಠ್ಯಕ್ರಮ ಅಭಿವೃದ್ಧಿ: ವಿಷಯ, ಕಲಿಕೆಯ ಉದ್ದೇಶಗಳು ಮತ್ತು ಮೌಲ್ಯೀಕರಣಗಳನ್ನು ಜೋಡಿಸುವುದು.

- ನಿರ್ದೇಶನದ ತಂತ್ರಗಳು: ವೈವಿಧ್ಯಮಯ ಕಲಿಯುವವರಿಗಾಗಿ ಸರಿಯಾದ ಸಾಧನಗಳು ಮತ್ತು ವಿಧಾನಗಳನ್ನು ಆಯ್ಕೆ ಮಾಡುವುದು.

- ತಂತ್ರಜ್ಞಾನ ಸಂಯೋಜನ: ಕಲಿಕೆಯ ಅನುಭವಗಳನ್ನು ಹೆಚ್ಚಿಸಲು ತಂತ್ರಜ್ಞಾನವನ್ನು ಬಳಸಿಕೊಳ್ಳುವುದು.

- ರೂಪಾತ್ಮಕ ಮೌಲ್ಯೀಕರಣ: ಪ್ರಕ್ರಿಯೆಯಾದ್ಯಂತ ಅರ್ಥಮಾಡಿಕೊಳ್ಳುವಿಕೆಯನ್ನು ಪರಿಶೀಲಿಸುವುದು ಮತ್ತು ಪ್ರತಿಕ್ರಿಯೆಯಯನ್ನು ನೀಡುವುದು.

- ಸಂಗ್ರಹಣ ಮೌಲ್ಯೀಕರಣ: ಘಟಕ ಅಥವಾ ಕೋರ್ಸ್ ಅಂತ್ಯದಲ್ಲಿ ಕಲಿಕೆಯ ಫಲಿತಾಂಶಗಳನ್ನು ಮೌಲ್ಯೀಕರಣ ಮಾಡುವುದು.

- ಡೇಟಾ ವಿಶ್ಲೇಷಣ ಮತ್ತು ಪ್ರತಿಬಿಂಬ: ವಿನ್ಯಾಸದ ನಿರ್ಧಾರಗಳಿಗೆ ಮಾಹಿತಿ ನೀಡಲು ಮತ್ತು ನಿರ್ದೇಶನವನ್ನು ಸುಧಾರಿಸಲು ಮೌಲ್ಯೀಕರಣ ಡೇಟಾವನ್ನು ಬಳಸುವುದು.

- ನಿರಂತರ ಸುಧಾರಣೆ: ನಿರ್ದೇಶನ ವಿನ್ಯಾಸದ ಪುನರಾವರ್ತನ ಸ್ವರೂಪ ಮತ್ತು ಕಲಿಯುವವರಿಗೆ ಹೊಂದಿಕೊಳ್ಳುವುದು.

- ಅನೌಪಚಾರಿಕ ಮತ್ತು ಮಿಶ್ರ ಕಲಿಕೆ: ತರಗತಿಯ ಹೊರಗಿನ ಅನುಭವಗಳು ಮತ್ತು ತಂತ್ರಜ್ಞಾನವನ್ನು ಸಂಯೋಜಿಸುವುದು.

- ಪ್ರಾಜೆಕ್ಟ್ ಆಧಾರಿತ ಕಲಿಕೆ: ನೈಜ-ಪ್ರಪಂಚದ ಸಮಸ್ಯೆ-ನಿರ್ಣಯ ಮತ್ತು ಸಹಕಾರವನ್ನು ಉತ್ತೇಜಿಸುವುದು.

- ವೈಯಕ್ತಿಕಗೊಳಿಸಿದ ಕಲಿಕೆ: ವೈಯಕ್ತಿಕ ಅಗತ್ಯಗಳಿಗಾಗಿ ಹೊಂದಿಕೊಳ್ಳುವ ಕಲಿಕೆಯ ಮಾರ್ಗಗಳನ್ನು ರಚಿಸುವುದು.

- ಬ ಗಟ್ಟಿಕ ಶಿಕ್ಷಣ: ವೈವಿಧ್ಯಮಯ ಮತ್ತು ಪರಸ್ಪರ ಸಂಬಂಧಿತ ಜಗತ್ತಿಗೆ ಕಲಿಯುವವವರನ್ನು ಸಿದ್ಧಪಡಿಸುವುದು.

- ತಂತ್ರಜ್ಞಾನದ ಪ್ರವೃತ್ತಿಗಳು: ಕೃತಕ ಬುದ್ಧಿಮತ್ತೆ, ಆಟೀಕರಣ ಮತ್ತು ಶಿಕ್ಷಣದಲ್ಲಿ ವರ್ಚುವಲ್ ರಿಯಾಲಿಟಿ.

- ಕೆಲಸದ ಭವಿಷ್ಯ: ಬದಲಾಗುತ್ತಿರುವ ಜಗತ್ತಿನಲ್ಲಿ ಕೌಶಲ್ಯಗಳು ಮತ್ತು ಹೊಂದಿಕೊಳ್ಳುವಿಕೆಗಾಗಿ ಕಲಿಯುವವರನ್ನು ಸಿದ್ಧಪಡಿಸುವುದು.

- ವೈಯಕ್ತಿಕಗೊಳಿಸಿದ ಕಲಿಕೆ ವೇದಿಕೆಗಳು: ವೈಯಕ್ತಿಕಗೊಳಿಸಿದ ಕಲಿಕೆಯ ಪ್ರಯಾಣಗಳಿಗಾಗಿ AI-ಸಂಚಾಲಿತ ವ್ಯವಸ್ಥೆಗಳು.

- ನೈತಿಕ ಪರಿಗಣನೆಗಳು: ಗೌಪ್ಯತೆ, ಡೇಟಾ ಸುರಕ್ಷತೆ ಮತ್ತು ವಿನ್ಯಾಸ ಮತ್ತು ಅನುಷ್ಠಾನದಲ್ಲಿ ಸಮಾನತೆ.

Chapter 1: Introduction to the Education Blueprint

ಅಧ್ಯಾಯ 1: ಶಿಕ್ಷಣ ಚಿತ್ರಣ ಪರಿಚಯ

ನಿರ್ದೇಶನ ವಿನ್ಯಾಸವನ್ನು ವ್ಯಾಖ್ಯಾನಿಸುವುದು: ವ್ಯಾಪ್ತಿ ಮತ್ತು ಉದ್ದೇಶವನ್ನು ಅರ್ಥಮಾಡಿಕೊಳ್ಳುವುದು

ನಿರ್ದೇಶನ ವಿನ್ಯಾಸವು ಯಾವುದೇ ವ್ಯವಸ್ಥೆಯ ಅಥವಾ ಪ್ರಕ್ರಿಯೆಯ ಗುರಿಗಳನ್ನು ಸಾಧಿಸಲು ಹೇಗೆ ನಿರ್ದೇಶಿಸಬೇಕೆಂದು ನಿರ್ಧರಿಸುವ ಕಾರ್ಯವಾಗಿದೆ. ಇದು ವ್ಯವಸ್ಥೆಯ ಉದ್ದೇಶಗಳು, ಅಗತ್ಯತೆಗಳು ಮತ್ತು ನಿಯಮಗಳನ್ನು ಗುರುತಿಸುವುದು ಮತ್ತು ಅವುಗಳನ್ನು ಸಾಧಿಸಲು ಅಗತ್ಯವಾದ ಹಂತಗಳನ್ನು ವಿವರಿಸುವುದು.

ನಿರ್ದೇಶನ ವಿನ್ಯಾಸದ ವ್ಯಾಪ್ತಿಯು ವ್ಯವಸ್ಥೆಯ ಅಥವಾ ಪ್ರಕ್ರಿಯೆಯ ಸಂಕೀರ್ಣತೆಯನ್ನು ಅವಲಂಬಿಸಿರುತ್ತದೆ. ಸರಳ ವ್ಯವಸ್ಥೆಗಳಿಗೆ, ನಿರ್ದೇಶನ ವಿನ್ಯಾಸವು ಒಂದು ಸಣ್ಣ ದಾಖಲೆಯಾಗಿರಬಹುದು. ಸಂಕೀರ್ಣ ವ್ಯವಸ್ಥೆಗಳಿಗೆ, ನಿರ್ದೇಶನ ವಿನ್ಯಾಸವು ಹಲವಾರು ದಾಖಲೆಗಳು ಮತ್ತು ಚಿತ್ರಗಳನ್ನು ಒಳಗೊಂಡಿರಬಹುದು.

ನಿರ್ದೇಶನ ವಿನ್ಯಾಸದ ಉದ್ದೇಶವೆಂದರೆ ವ್ಯವಸ್ಥೆಯ ಅಥವಾ ಪ್ರಕ್ರಿಯೆಯನ್ನು ಸಮರ್ಥವಾಗಿ ಮತ್ತು ಪರಿಣಾಮಕಾರಿಯಾಗಿ ಅಭಿವೃದ್ಧಿಪಡಿಸಲು ಮತ್ತು ನಿರ್ವಹಿಸಲು ಅಗತ್ಯವಾದ ಮಾಹಿತಿಯನ್ನು ಒದಗಿಸುವುದು. ಇದು ವ್ಯವಸ್ಥೆಯ ಅಥವಾ ಪ್ರಕ್ರಿಯೆಯ ಅಗತ್ಯತೆಗಳನ್ನು ಪೂರೈಸಲು ಮತ್ತು ಅದರ ಗುರಿಗಳನ್ನು ಸಾಧಿಸಲು ಸಹಾಯ ಮಾಡುತ್ತದೆ.

ನಿರ್ದೇಶನ ವಿನ್ಯಾಸದ ಪ್ರಮುಖ ಅಂಶಗಳು ಈ ಕೆಳಗಿನಂತಿವೆ:

- ಗುರಿಗಳು ಮತ್ತು ಅಗತ್ಯತೆಗಳು: ನಿರ್ದೇಶನ ವಿನ್ಯಾಸವು ವ್ಯವಸ್ಥೆಯ ಅಥವಾ ಪ್ರಕ್ರಿಯೆಯ ಗುರಿಗಳು ಮತ್ತು ಅಗತ್ಯತೆಗಳನ್ನು ಸ್ಪಷ್ಟವಾಗಿ ಗುರುತಿಸಬೇಕು. ಈ ಗುರಿಗಳು ಮತ್ತು ಅಗತ್ಯತೆಗಳು ವ್ಯವಸ್ಥೆಯನ್ನು ಅಭಿವೃದ್ಧಿಪಡಿಸಲು ಮತ್ತು ಅದರ ನಿರ್ವಹಣೆಯನ್ನು ನಿರ್ಧರಿಸಲು ಬಳಸಲಾಗುತ್ತದೆ.

- ಅಪ್ಲಿಕೇಶನ್ ವ್ಯಾಪ್ತಿ: ನಿರ್ದೇಶನ ವಿನ್ಯಾಸವು ವ್ಯವಸ್ಥೆಯ ಅಥವಾ ಪ್ರಕ್ರಿಯೆಯ ಅಪ್ಲಿಕೇಶನ್ ವ್ಯಾಪ್ತಿಯನ್ನು ಸ್ಪಷ್ಟವಾಗಿ ವಿವರಿಸಬೇಕು. ಇದು ವ್ಯವಸ್ಥೆಯು ಯಾವ ಸನ್ನಿವೇಶದಲ್ಲಿ ಬಳಸಲ್ಪಡುತ್ತದೆ ಮತ್ತು ಅದು ಯಾವ ಅಗತ್ಯತೆಗಳನ್ನು ಪೂರೈಸುತ್ತದೆ ಎಂಬುದನ್ನು ನಿರ್ಧರಿಸಲು ಸಹಾಯ ಮಾಡುತ್ತದೆ.

- ಕಾರ್ಯವಿಧಾನಗಳು ಮತ್ತು ವಿಧಾನಗಳು: ನಿರ್ದೇಶನ ವಿನ್ಯಾಸವು ವ್ಯವಸ್ಥೆಯ ಅಥವಾ ಪ್ರಕ್ರಿಯೆಯ ಕಾರ್ಯವಿಧಾನಗಳು ಮತ್ತು ವಿಧಾನಗಳನ್ನು ವಿವರಿಸಬೇಕು. ಇದು ವ್ಯವಸ್ಥೆಯು ಹೇಗೆ ಕಾರ್ಯನಿರ್ವಹಿಸುತ್ತದೆ ಮತ್ತು ಅದು ತನ್ನ ಗುರಿಗಳನ್ನು ಹೇಗೆ ಸಾಧಿಸುತ್ತದೆ ಎಂಬುದನ್ನು ಅರ್ಥಮಾಡಿಕೊಳ್ಳಲು ಸಹಾಯ ಮಾಡುತ್ತದೆ.

- ಡೇಟಾ ಮತ್ತು ಮಾಹಿತಿ: ನಿರ್ದೇಶನ ವಿನ್ಯಾಸವು ವ್ಯವಸ್ಥೆಯ ಅಥವಾ ಪ್ರಕ್ರಿಯೆಯು ಬಳಸುವ ಡೇಟಾ ಮತ್ತು ಮಾಹಿತಿಯನ್ನು ವಿವರಿಸಬೇಕು. ಇದು ವ್ಯವಸ್ಥೆಯು ಹೇಗೆ ಕಾರ್ಯನಿರ್ವಹಿಸುತ್ತದೆ ಮತ್ತು ಅದು ತನ್ನ ಗುರಿಗಳನ್ನು ಹೇಗೆ ಸಾಧಿಸುತ್ತದೆ ಎಂಬುದನ್ನು ಅರ್ಥಮಾಡಿಕೊಳ್ಳಲು ಸಹಾಯ ಮಾಡುತ್ತದೆ.

ಚಿತ್ರಣಗಳ ಅಗತ್ಯ: ಆಧುನಿಕ ಶಿಕ್ಷಣದಲ್ಲಿನ ಸವಾಲುಗಳು ಮತ್ತು ಅವಕಾಶಗಳು

ಶಿಕ್ಷಣವು ಯಾವಾಗಲೂ ಸವಾಲಿನ ಕೆಲಸವಾಗಿದೆ. ಆದರೆ ಆಧುನಿಕ ಶಿಕ್ಷಣವು ಹಿಂದಿನ ಶಿಕ್ಷಣದಿಂದ ಹಲವಾರು ರೀತಿಯಲ್ಲಿ ಭಿನ್ನವಾಗಿದೆ. ಆಧುನಿಕ ಶಿಕ್ಷಣವು ಹೆಚ್ಚು ಸುಧಾರಿತ ತಂತ್ರಜ್ಞಾನ ಮತ್ತು ಮಾಹಿತಿಯಿಂದ ಆವೃತವಾಗಿದೆ. ಇದು ವಿದ್ಯಾರ್ಥಿಗಳಿಗೆ ಹೆಚ್ಚು ಸಂಕೀರ್ಣವಾದ ಮತ್ತು ಪರಿಣಾಮಕಾರಿಯಾಗಿ ಕಲಿಯುವ ಅವಕಾಶಗಳನ್ನು ಒದಗಿಸುತ್ತದೆ.

ಆಧುನಿಕ ಶಿಕ್ಷಣದಲ್ಲಿ ಚಿತ್ರಣಗಳು ಪ್ರಮುಖ ಪಾತ್ರವನ್ನು ವಹಿಸುತ್ತವೆ. ಚಿತ್ರಣಗಳು ವಿದ್ಯಾರ್ಥಿಗಳಿಗೆ ಪಠ್ಯವನ್ನು ಹೆಚ್ಚು ಸುಲಭವಾಗಿ ಅರ್ಥಮಾಡಿಕೊಳ್ಳಲು ಮತ್ತು ಉಳಿಸಲು ಸಹಾಯ ಮಾಡುತ್ತದೆ. ಅವು ವಿದ್ಯಾರ್ಥಿಗಳ ಗಮನವನ್ನು ಸೆಳೆಯಲು ಮತ್ತು ಅವರನ್ನು ಕಲಿಯುವ ಪ್ರಕ್ರಿಯೆಯಲ್ಲಿ ತೊಡಗಿಸಲು ಸಹಾಯ ಮಾಡುತ್ತದೆ.

ಆಧುನಿಕ ಶಿಕ್ಷಣದಲ್ಲಿ ಚಿತ್ರಣಗಳ ಬಳಕೆಯಿಂದ ಉಂಟಾಗುವ ಸವಾಲುಗಳು ಮತ್ತು ಅವಕಾಶಗಳು ಇಲ್ಲಿವೆ:

ಸವಾಲುಗಳು

- ಚಿತ್ರಣಗಳ ಗುಣಮಟ್ಟ: ಚಿತ್ರಣಗಳು ಉತ್ತಮ ಗುಣಮಟ್ಟದ್ದಾಗಿರಬೇಕು. ಅವು ಸ್ಪಷ್ಟವಾಗಿರಬೇಕು ಮತ್ತು ಅರ್ಥವಾಗುವಂತಿರಬೇಕು.

- ಚಿತ್ರಣಗಳ ಬಳಕೆ: ಚಿತ್ರಣಗಳನ್ನು ಸಮರ್ಥವಾಗಿ ಬಳಸಬೇಕು. ಅವು ಪಠ್ಯದೊಂದಿಗೆ ಹೊಂದಿಕೊಳ್ಳಬೇಕು ಮತ್ತು ವಿದ್ಯಾರ್ಥಿಗಳಿಗೆ ಕಲಿಯಲು ಸಹಾಯ ಮಾಡಬೇಕು.

- ಚಿತ್ರಣಗಳ ಲಭ್ಯತೆ: ಚಿತ್ರಣಗಳು ಎಲ್ಲಾ ವಿದ್ಯಾರ್ಥೀಗಳಿಗೆ ಲಭ್ಯವಿರಬೇಕು.

ಅವಕಾಶಗಳು

- ಕಲಿಕೆಯನ್ನು ಸುಧಾರಿಸುವುದು: ಚಿತ್ರಣಗಳು ಕಲಿಕೆಯನ್ನು ಸುಧಾರಿಸಲು ಸಹಾಯ ಮಾಡುತ್ತದೆ. ಅವು ವಿದ್ಯಾರ್ಥೀಗಳಿಗೆ ಪಠ್ಯವನ್ನು ಹೆಚ್ಚು ಸುಲಭವಾಗಿ ಅರ್ಥಮಾಡಿಕೊಳ್ಳಲು ಮತ್ತು ಉಳಿಸಲು ಸಹಾಯ ಮಾಡುತ್ತದೆ. ಅವು ವಿದ್ಯಾರ್ಥೀಗಳ ಗಮನವನ್ನು ಸೆಳೆಯಲು ಮತ್ತು ಅವರನ್ನು ಕಲಿಯುವ ಪ್ರಕ್ರಿಯೆಯಲ್ಲಿ ತೊಡಗಿಸಲು ಸಹಾಯ ಮಾಡುತ್ತದೆ.

- ವಿವಿಧ ಕಲಿಕೆಯ ಶೈಲಿಗಳನ್ನು ಒಳಗೊಳ್ಳುವುದು: ಚಿತ್ರಣಗಳು ವಿವಿಧ ಕಲಿಕೆಯ ಶೈಲಿಗಳನ್ನು ಒಳಗೊಳ್ಳಲು ಸಹಾಯ ಮಾಡುತ್ತದೆ. ಕೆಲವು ವಿದ್ಯಾರ್ಥೀಗಳು ಪಠ್ಯವನ್ನು ಓದುವುದರಿಂದ ಕಲಿಯುತ್ತಾರೆ, ಇತರರು ಚಿತ್ರಗಳನ್ನು ನೋಡುವುದರಿಂದ ಕಲಿಯುತ್ತಾರೆ. ಚಿತ್ರಣಗಳನ್ನು ಬಳಸುವುದರಿಂದ ಎಲ್ಲಾ ವಿದ್ಯಾರ್ಥೀಗಳಿಗೆ ಕಲಿಯಲು ಸಹಾಯ ಮಾಡುತ್ತದೆ.

ಪರಿಣಾಮಕಾರಿ ವಿನ್ಯಾಸದ ಅಡಿಪಾಯಗಳು: ಕಲಿಕೆಯ ಸಿದ್ಧಾಂತಗಳು, ಜ್ಞಾನಮೀಮಾಂಸೆ ಮತ್ತು ಶಿಕ್ಷಣ ಮನೋವಿಜ್ಞಾನ

ಪರಿಣಾಮಕಾರಿ ವಿನ್ಯಾಸವು ವಿದ್ಯಾರ್ಥಿಗಳು ತಮ್ಮ ಕಲಿಕೆಯ ಗುರಿಗಳನ್ನು ಸಾಧಿಸಲು ಸಹಾಯ ಮಾಡುವಂತಹ ಒಂದು ವ್ಯವಸ್ಥೆಯನ್ನು ರಚಿಸುವ ಪ್ರಕ್ರಿಯೆಯಾಗಿದೆ. ಪರಿಣಾಮಕಾರಿ ವಿನ್ಯಾಸವನ್ನು ರಚಿಸಲು, ವಿನ್ಯಾಸಕರು ಕಲಿಕೆಯ ಸಿದ್ಧಾಂತಗಳು, ಜ್ಞಾನಮೀಮಾಂಸೆ ಮತ್ತು ಶಿಕ್ಷಣ ಮನೋವಿಜ್ಞಾನದ ಅಡಿಪಾಯಗಳನ್ನು ಅರ್ಥಮಾಡಿಕೊಳ್ಳಬೇಕು.

ಕಲಿಕೆಯ ಸಿದ್ಧಾಂತಗಳು

ಕಲಿಕೆಯ ಸಿದ್ಧಾಂತಗಳು ಕಲಿಯುವಿಕೆಯ ಪ್ರಕ್ರಿಯೆಯನ್ನು ವಿವರಿಸುವ ಸಿದ್ಧಾಂತಗಳಾಗಿವೆ. ಪರಿಣಾಮಕಾರಿ ವಿನ್ಯಾಸವನ್ನು ರಚಿಸಲು, ವಿನ್ಯಾಸಕರು ಕಲಿಕೆಯ ವಿವಿಧ ಸಿದ್ಧಾಂತಗಳನ್ನು ಅರ್ಥಮಾಡಿಕೊಳ್ಳಬೇಕು. ಕೆಲವು ಪ್ರಮುಖ ಕಲಿಕೆಯ ಸಿದ್ಧಾಂತಗಳು ಇಲ್ಲಿವೆ:

- ಸಾಮಾಜಿಕ ಕಲಿಕೆಯ ಸಿದ್ಧಾಂತ: ಈ ಸಿದ್ಧಾಂತವು ಕಲಿಯುವಿಕೆಯು ಸಾಮಾಜಿಕ ಸಂದರ್ಭದಲ್ಲಿ ನಡೆಯುತ್ತದೆ ಎಂದು ಹೇಳುತ್ತದೆ. ವಿದ್ಯಾರ್ಥಿಗಳು ಇತರರೊಂದಿಗೆ ಸಂವಹನ ನಡೆಸುವುದರಿಂದ ಮತ್ತು ಅವರೊಂದಿಗೆ ಕಲಿಯುವುದರಿಂದ ಕಲಿಯುತ್ತಾರೆ.

- ಕಾರ್ನಿಕಲ್ ಕಲಿಕೆಯ ಸಿದ್ಧಾಂತ: ಈ ಸಿದ್ಧಾಂತವು ಕಲಿಯುವಿಕೆಯು ಒಂದು ಪ್ರಕ್ರಿಯೆಯಾಗಿದೆ ಎಂದು ಹೇಳುತ್ತದೆ. ವಿದ್ಯಾರ್ಥಿಗಳು ಮೊದಲು ಒಂದು ಹೊಸ ಪರಿಕಲ್ಪನೆಯನ್ನು ಸ್ವೀಕರಿಸುತ್ತಾರೆ, ನಂತರ ಅದನ್ನು ಸಂಸ್ಕರಿಸುತ್ತಾರೆ ಮತ್ತು ಅಂತಿಮವಾಗಿ ಅದನ್ನು ಅರ್ಥಮಾಡಿಕೊಳ್ಳುತ್ತಾರೆ.

- ಕ್ರಮಬದ್ಧ ಕಲಿಕೆಯ ಸಿದ್ಧಾಂತ: ಈ ಸಿದ್ಧಾಂತವು ಕಲಿಯುವಿಕೆಯು ಒಂದು ಹಂತ-ಹಂತದ ಪ್ರಕ್ರಿಯೆಯಾಗಿದೆ ಎಂದು ಹೇಳುತ್ತದೆ. ವಿದ್ಯಾರ್ಥಿಗಳು ಮೊದಲು ಮೂಲಭೂತ ಪರಿಕಲ್ಪನೆಗಳನ್ನು ಕಲಿಯುತ್ತಾರೆ, ನಂತರ ಅವುಗಳನ್ನು ಹೆಚ್ಚು ಸಂಕೀರ್ಣ ಪರಿಕಲ್ಪನೆಗಳಿಗೆ ವಿಸ್ತರಿಸುತ್ತಾರೆ.

ಜ್ಞಾನಮೀಮಾಂಸೆ

ಜ್ಞಾನಮೀಮಾಂಸೆ ಎನ್ನುವುದು ಜ್ಞಾನದ ಮೂಲ, ಸ್ವರೂಪ ಮತ್ತು ಉದ್ದೇಶವನ್ನು ಅಧ್ಯಯನ ಮಾಡುವ ಒಂದು ಶಾಸ್ತ್ರವಾಗಿದೆ. ಪರಿಣಾಮಕಾರಿ ವಿನ್ಯಾಸವನ್ನು ರಚಿಸಲು, ವಿನ್ಯಾಸಕರು ವಿಭಿನ್ನ ರೀತಿಯ ಜ್ಞಾನದ ಬಗ್ಗೆ ಅರ್ಥಮಾಡಿಕೊಳ್ಳಬೇಕು. ಕೆಲವು ಪ್ರಮುಖ ಜ್ಞಾನದ ವಿಧಗಳು ಇಲ್ಲಿವೆ:

- ಸಾಮಾಜಿಕ ಜ್ಞಾನ: ಈ ಜ್ಞಾನವು ಸಾಮಾಜಿಕ ಸಂದರ್ಭದಲ್ಲಿ ಸ್ಥಾಪಿಸಲ್ಪಟ್ಟಿದೆ. ಇದು ಭಾಷೆ, ಸಂಸ್ಕೃತಿ ಮತ್ತು ಸಂಪ್ರದಾಯಗಳಂತಹ ವಿಷಯಗಳನ್ನು ಒಳಗೊಂಡಿರುತ್ತದೆ.

ವಿನ್ಯಾಸದ ಮನಸ್ಥಿತಿಯನ್ನು ನಿರ್ಮಿಸುವುದು: ಸಾಂಪ್ರದಾಯಿಕ ಬೋಧನೆಯಿಂದ ಉದ್ದೇಶಪೂರ್ವಕ ವಿನ್ಯಾಸಕ್ಕೆ ಬದಲಾಯಿಸುವುದು

ಸಾಂಪ್ರದಾಯಿಕ ಬೋಧನೆಯು ಪಠ್ಯಪುಸ್ತಕಗಳು, ಉಪನ್ಯಾಸಗಳು ಮತ್ತು ಪರೀಕ್ಷೆಗಳ ಮೇಲೆ ಅವಲಂಬಿತವಾಗಿದೆ. ಈ ವಿಧಾನವು ಕೆಲವು ವಿದ್ಯಾರ್ಥಿಗಳಿಗೆ ಉತ್ತಮವಾಗಿ ಕಾರ್ಯನಿರ್ವಹಿಸಬಹುದು, ಆದರೆ ಇದು ಎಲ್ಲಾ ವಿದ್ಯಾರ್ಥಿಗಳಿಗೆ ಸೂಕ್ತವಲ್ಲ.

ಉದ್ದೇಶಪೂರ್ವಕ ವಿನ್ಯಾಸವು ವಿದ್ಯಾರ್ಥಿಗಳ ಗುರಿಗಳು ಮತ್ತು ಅಗತ್ಯತೆಗಳನ್ನು ಆಧರಿಸಿ ಕಲಿಕೆಯನ್ನು ವಿನ್ಯಾಸಗೊಳಿಸುವ ಪ್ರಕ್ರಿಯೆಯಾಗಿದೆ. ಈ ವಿಧಾನವು ವಿದ್ಯಾರ್ಥಿಗಳಿಗೆ ಹೆಚ್ಚು ಸಕ್ರಿಯ ಮತ್ತು ಒಳಗೊಂಡಿರುವ ಕಲಿಕೆಯ ಅನುಭವವನ್ನು ಒದಗಿಸುತ್ತದೆ.

ಸಾಂಪ್ರದಾಯಿಕ ಬೋಧನೆಯಿಂದ ಉದ್ದೇಶಪೂರ್ವಕ ವಿನ್ಯಾಸಕ್ಕೆ ಬದಲಾಯಿಸಲು, ಶಿಕ್ಷಕರು ವಿನ್ಯಾಸದ ಮನಸ್ಥಿತಿಯನ್ನು ಅಭಿವೃದ್ಧಿಪಡಿಸಬೇಕು. ವಿನ್ಯಾಸದ ಮನಸ್ಥಿತಿಯು ವಿದ್ಯಾರ್ಥಿಗಳ ಕಲಿಕೆಯನ್ನು ಸುಧಾರಿಸಲು ಕಲಿಕೆಯನ್ನು ವಿನ್ಯಾಸಗೊಳಿಸಲು ಬದ್ಧವಾಗಿರುವ ಮನೋಭಾವವಾಗಿದೆ.

ವಿನ್ಯಾಸದ ಮನಸ್ಥಿತಿಯನ್ನು ಅಭಿವೃದ್ಧಿಪಡಿಸಲು ಸಹಾಯ ಮಾಡುವ ಕೆಲವು ಹಂತಗಳು ಇಲ್ಲಿವೆ:

- ಕಲಿಕೆಯ ಬಗ್ಗೆ ನಿಮ್ಮ ಅರ್ಥವನ್ನು ಮರುಪರಿಶೀಲಿಸಿ. ಕಲಿಕೆಯು ಕೇವಲ ಮಾಹಿತಿಯನ್ನು ಒಟ್ಟುಗೂಡಿಸುವುದು ಎಂದು ನೀವು ಭಾವಿಸಿದರೆ, ನೀವು ವಿನ್ಯಾಸದ ಮನಸ್ಥಿತಿಯನ್ನು ಅಭಿವೃದ್ಧಿಪಡಿಸಲು ಹೆಚ್ಚು

ಸಮಯ ತೆಗೆದುಕೊಳ್ಳಬಹುದು. ಕಲಿಕೆಯು ಒಂದು ಸಕ್ರಿಯ ಪ್ರಕ್ರಿಯೆಯಾಗಿದೆ ಎಂದು ನೀವು ನಂಬಿದರೆ, ನೀವು ಈ ಪ್ರಕ್ರಿಯೆಯನ್ನು ಸುಧಾರಿಸಲು ಕಲಿಕೆಯನ್ನು ವಿನ್ಯಾಸಗೊಳಿಸಲು ಹೆಚ್ಚು ಉತ್ಸುಕರಾಗಿದ್ದೀರಿ.

- ವಿದ್ಯಾರ್ಥಿಗಳ ಬಗ್ಗೆ ತಿಳಿಯಿರಿ. ವಿದ್ಯಾರ್ಥಿಗಳ ಗುರಿಗಳು, ಅಗತ್ಯತೆಗಳು ಮತ್ತು ಕಲಿಕೆಯ ಶೈಲಿಗಳನ್ನು ಅರ್ಥಮಾಡಿಕೊಳ್ಳುವುದು ವಿನ್ಯಾಸದ ಮನಸ್ಥಿತಿಯ ಅವಿಭಾಜ್ಯ ಅಂಗವಾಗಿದೆ. ವಿದ್ಯಾರ್ಥಿಗಳೊಂದಿಗೆ ಸಂಭಾಷಣೆ ನಡೆಸಿ, ಅವರ ಕೆಲಸವನ್ನು ಪರಿಶೀಲಿಸಿ ಮತ್ತು ಅವರ ಬಗ್ಗೆ ಇತರ ಶಿಕ್ಷಕರಿಂದ ತಿಳಿದುಕೊಳ್ಳಿ.

- ಕಲಿಕೆಯನ್ನು ವಿನ್ಯಾಸಗೊಳಿಸಲು ಸಮಯ ತೆಗೆದುಕೊಳ್ಳಿ. ಉತ್ತಮ ವಿನ್ಯಾಸವು ಒಂದು ರಾತ್ರಿಯಲ್ಲಿ ಸಂಭವಿಸುವುದಿಲ್ಲ. ನಿಮ್ಮ ಕಲಿಕಾ ಗುರಿಗಳನ್ನು ಸ್ಪಷ್ಟವಾಗಿ ತಿಳಿದುಕೊಳ್ಳಲು ಮತ್ತು ಅವುಗಳನ್ನು ಸಾಧಿಸಲು ಹೇಗೆ ಕಲಿಕೆಯನ್ನು ವಿನ್ಯಾಸಗೊಳಿಸಬೇಕೆಂದು ಯೋಚಿಸಲು ಸಮಯ ತೆಗೆದುಕೊಳ್ಳಿ.

- ನಿಮ್ಮ ವಿನ್ಯಾಸವನ್ನು ಪರೀಕ್ಷಿಸಿ ಮತ್ತು ಹೊಂದಿಸಿ. ವಿದ್ಯಾರ್ಥಿಗಳು ನಿಮ್ಮ ವಿನ್ಯಾಸದಿಂದ ಕಲಿಯುತ್ತಿದ್ದಾರೆಯೇ ಎಂದು ನೋಡಲು ನಿಮ್ಮ ವಿನ್ಯಾಸವನ್ನು ಪರೀಕ್ಷಿಸಿ.

Chapter 2: Laying the Groundwork: Foundational Principles

ಅಧ್ಯಾಯ 2: ನೆಲೆಗಟ್ಟು: ಮೂಲಭೂತ ತತ್ವಗಳು

ಅಗತ್ಯಗಳ ಮೌಲ್ಯೀಕರಣ: ಕಲಿಯುವವರ ಅಗತ್ಯಗಳು, ಗುರಿಗಳು ಮತ್ತು ಸಂದರ್ಭವನ್ನು ಗುರುತಿಸುವುದು

ಅಗತ್ಯಗಳ ಮೌಲ್ಯೀಕರಣವು ಕಲಿಕೆಯನ್ನು ವಿನ್ಯಾಸಗೊಳಿಸುವ ಮೊದಲ ಹಂತವಾಗಿದೆ. ಇದು ಕಲಿಯುವವರ ಅಗತ್ಯಗಳು, ಗುರಿಗಳು ಮತ್ತು ಸಂದರ್ಭವನ್ನು ಗುರುತಿಸುವ ಪ್ರಕ್ರಿಯೆಯಾಗಿದೆ.

ಅಗತ್ಯಗಳ ಮೌಲ್ಯೀಕರಣದ ಮೂಲಕ, ಶಿಕ್ಷಕರು ಈ ಕೆಳಗಿನವುಗಳನ್ನು ತಿಳಿದುಕೊಳ್ಳಬಹುದು:

- ಕಲಿಯುವವರು ಏನು ತಿಳಿದಿದ್ದಾರೆ ಮತ್ತು ಏನು ಕಲಿಯಲು ಬಯಸುತ್ತಾರೆ?
- ಕಲಿಯುವವರು ಯಾವ ಕೌಶಲ್ಯಗಳು ಮತ್ತು ಜ್ಞಾನವನ್ನು ಅಭಿವೃದ್ಧಿಪಡಿಸಬೇಕು?
- ಕಲಿಯುವವರು ಯಾವ ಸಂದರ್ಭದಲ್ಲಿ ಕಲಿಯಲಿದ್ದಾರೆ?

ಅಗತ್ಯಗಳ ಮೌಲ್ಯೀಕರಣವನ್ನು ನಡೆಸಲು ಹಲವಾರು ವಿಧಾನಗಳಿವೆ. ಕೆಲವು ಸಾಮಾನ್ಯ ವಿಧಾನಗಳು ಇಲ್ಲಿವೆ:

- ಸಂಭಾಷಣೆ: ಕಲಿಯುವವರೊಂದಿಗೆ ಸಂಭಾಷಣೆ ನಡೆಸಿ ಅವರ ಅಗತ್ಯಗಳು ಮತ್ತು ಗುರಿಗಳನ್ನು ಅರ್ಥಮಾಡಿಕೊಳ್ಳಿ.

- ಸರ್ವೇಕ್ಷಣ: ಕಲಿಯುವವರಿಗೆ ಸರ್ವೇಕ್ಷಣೆ ನೀಡಿ ಅವರ ಅಗತ್ಯಗಳು ಮತ್ತು ಗುರಿಗಳನ್ನು ಅರ್ಥಮಾಡಿಕೊಳ್ಳಿ.

- ಪ್ರತಿಫಲನ: ಕಲಿಯುವವರಿಗೆ ಪ್ರತಿಫಲನವನ್ನು ಬರೆಯಲು ಅಥವಾ ಮಾತನಾಡಲು ಕೇಳಿ ಅವರ ಅಗತ್ಯಗಳು ಮತ್ತು ಗುರಿಗಳನ್ನು ಅರ್ಥಮಾಡಿಕೊಳ್ಳಿ.

- ಕೆಲಸದ ಪರಿಶೀಲನೆ: ಕಲಿಯುವವರ ಕೆಲಸವನ್ನು ಪರಿಶೀಲಿಸಿ ಅವರ ಅಗತ್ಯಗಳು ಮತ್ತು ಗುರಿಗಳನ್ನು ಅರ್ಥಮಾಡಿಕೊಳ್ಳಿ.

ಅಗತ್ಯಗಳ ಮೌಲ್ಯೀಕರಣವು ಕಲಿಕೆಯನ್ನು ವಿನ್ಯಾಸಗೊಳಿಸುವ ಪ್ರಕ್ರಿಯೆಯಲ್ಲಿ ಒಂದು ಮೂಲಭೂತ ಹಂತವಾಗಿದೆ. ಇದು ಶಿಕ್ಷಕರಿಗೆ ಕಲಿಯುವವರಿಗೆ ಅಗತ್ಯವಿರುವ ಕಲಿಕೆಯನ್ನು ಒದಗಿಸಲು ಸಹಾಯ ಮಾಡುತ್ತದೆ.

ಅಗತ್ಯಗಳ ಮೌಲ್ಯೀಕರಣದ ಪ್ರಯೋಜನಗಳು ಈ ಕೆಳಗಿನಂತಿವೆ:

- ಕಲಿಕೆಯನ್ನು ವಿದ್ಯಾರ್ಥಿಗಳ ಅಗತ್ಯಗಳಿಗೆ ಹೊಂದಿಕೊಳ್ಳಲು ಸಹಾಯ ಮಾಡುತ್ತದೆ.

- ಕಲಿಕೆಯನ್ನು ಹೆಚ್ಚು ಪರಿಣಾಮಕಾರಿಯಾಗಿ ಮತ್ತು ಉತ್ಪಾದಕವಾಗಿಸಲು ಸಹಾಯ ಮಾಡುತ್ತದೆ.

- ಕಲಿಕೆಯನ್ನು ಹೆಚ್ಚು ಸಮಗ್ರ ಮತ್ತು ಸಮಗ್ರವಾಗಿಸಲು ಸಹಾಯ ಮಾಡುತ್ತದೆ.

ಅಗತ್ಯಗಳ ಮೌಲ್ಯೀಕರಣವು ಒಂದು ನಿರಂತರ ಪ್ರಕ್ರಿಯೆಯಾಗಿದೆ. ಕಲಿಕೆಯ ಪ್ರಕ್ರಿಯೆಯು ಮುಂದುವರಿದಂತೆ, ಶಿಕ್ಷಕರು ಕಲಿಯುವವರ ಅಗತ್ಯಗಳು ಮತ್ತು ಗುರಿಗಳನ್ನು ಪರಿಶೀಲಿಸಬೇಕು ಮತ್ತು ಅಗತ್ಯವಿದ್ದರೆ ತಮ್ಮ ವಿನ್ಯಾಸವನ್ನು ಹೊಂದಿಸಬೇಕು.

ಪಠ್ಯಕ್ರಮ ಅಭಿವೃದ್ಧಿ: ವಿಷಯ, ಕಲಿಕೆಯ ಉದ್ದೇಶಗಳು ಮತ್ತು ಮೌಲ್ಯೀಕರಣಗಳನ್ನು ಜೋಡಿಸುವುದು

ಪಠ್ಯಕ್ರಮವು ಒಂದು ಶೈಕ್ಷಣಿಕ ಯೋಜನೆಯಾಗಿದ್ದು ಅದು ವಿದ್ಯಾರ್ಥಿಗಳಿಗೆ ಕಲಿಸಬೇಕಾದ ವಿಷಯಗಳು, ಕೌಶಲ್ಯಗಳು ಮತ್ತು ಮೌಲ್ಯಗಳನ್ನು ನಿರ್ದಿಷ್ಟಪಡಿಸುತ್ತದೆ. ಪಠ್ಯಕ್ರಮ ಅಭಿವೃದ್ಧಿಯು ಪಠ್ಯಕ್ರಮವನ್ನು ರಚಿಸುವ ಪ್ರಕ್ರಿಯೆಯಾಗಿದೆ.

ಪಠ್ಯಕ್ರಮ ಅಭಿವೃದ್ಧಿಯ ಮೊದಲ ಹಂತವೆಂದರೆ ಅಗತ್ಯಗಳ ಮೌಲ್ಯೀಕರಣ. ಈ ಹಂತದಲ್ಲಿ, ಶಿಕ್ಷಕರು ಕಲಿಯುವವರ ಅಗತ್ಯಗಳು, ಗುರಿಗಳು ಮತ್ತು ಸಂದರ್ಭವನ್ನು ಗುರುತಿಸುತ್ತಾರೆ.

ಅಗತ್ಯಗಳ ಮೌಲ್ಯೀಕರಣದ ನಂತರ, ಶಿಕ್ಷಕರು ಕಲಿಕೆಯ ಉದ್ದೇಶಗಳನ್ನು ರಚಿಸುತ್ತಾರೆ. ಕಲಿಕೆಯ ಉದ್ದೇಶಗಳು ವಿದ್ಯಾರ್ಥಿಗಳು ಶಿಕ್ಷಣದ ಅಂತ್ಯದಲ್ಲಿ ಏನು ಸಾಧಿಸಬೇಕು ಎಂಬುದನ್ನು ನಿರ್ದಿಷ್ಟಪಡಿಸುತ್ತವೆ.

ಕಲಿಕೆಯ ಉದ್ದೇಶಗಳನ್ನು ರಚಿಸಿದ ನಂತರ, ಶಿಕ್ಷಕರು ವಿಷಯವನ್ನು ಆಯ್ಕೆ ಮಾಡುತ್ತಾರೆ. ವಿಷಯವು ಕಲಿಕೆಯ ಉದ್ದೇಶಗಳನ್ನು ಸಾಧಿಸಲು ಸಹಾಯ ಮಾಡುತ್ತದೆ.

ವಿಷಯವನ್ನು ಆಯ್ಕೆ ಮಾಡಿದ ನಂತರ, ಶಿಕ್ಷಕರು ಮೌಲ್ಯೀಕರಣದ ವಿಧಾನಗಳನ್ನು ರಚಿಸುತ್ತಾರೆ. ಮೌಲ್ಯೀಕರಣವು ವಿದ್ಯಾರ್ಥಿಗಳು ಕಲಿಕೆಯ ಉದ್ದೇಶಗಳನ್ನು ಸಾಧಿಸುತ್ತಿದ್ದಾರೆಯೇ ಎಂಬುದನ್ನು ನಿರ್ಧರಿಸಲು ಸಹಾಯ ಮಾಡುತ್ತದೆ.

ಪಠ್ಯಕ್ರಮ ಅಭಿವೃದ್ಧಿಯು ಒಂದು ಸಂಕೀರ್ಣ ಪ್ರಕ್ರಿಯೆಯಾಗಿದೆ. ಈ ಪ್ರಕ್ರಿಯೆಯನ್ನು ಪರಿಣಾಮಕಾರಿಯಾಗಿ ನಡೆಸಲು, ಶಿಕ್ಷಕರು ಅಗತ್ಯಗಳ ಮೌಲ್ಯೀಕರಣ, ಕಲಿಕೆಯ ಉದ್ದೇಶಗಳು, ವಿಷಯ

ಮತ್ತು ಮೌಲ್ಯೀಕರಣದ ನಡುವೆ ಸಮತೋಲನವನ್ನು ಕಾಪಾಡಿಕೊಳ್ಳಬೇಕು.

ಪಠ್ಯಕ್ರಮ ಅಭಿವೃದ್ಧಿಯಲ್ಲಿ ಈ ನಾಲ್ಕು ಅಂಶಗಳ ನಡುವೆ ಸಮತೋಲನವನ್ನು ಕಾಪಾಡಿಕೊಳ್ಳುವುದು ಮುಖ್ಯವಾಗಿದೆ:

- ಅಗತ್ಯಗಳ ಮೌಲ್ಯೀಕರಣ: ಕಲಿಯುವವರ ಅಗತ್ಯಗಳು ಮತ್ತು ಗುರಿಗಳು ಪಠ್ಯಕ್ರಮದ ಮೂಲಭೂತವಾಗಿದೆ. ಪಠ್ಯಕ್ರಮವು ಕಲಿಯುವವರ ಅಗತ್ಯಗಳನ್ನು ಪೂರೈಸಬೇಕು.

- ಕಲಿಕೆಯ ಉದ್ದೇಶಗಳು: ಕಲಿಕೆಯ ಉದ್ದೇಶಗಳು ಪಠ್ಯಕ್ರಮದ ದಿಕ್ಕನ್ನು ನಿರ್ಧರಿಸುತ್ತವೆ. ಪಠ್ಯಕ್ರಮವು ಕಲಿಯುವವರಿಗೆ ಸ್ಪಷ್ಟವಾದ ಮತ್ತು ಅಳೆಯಬಹುದಾದ ಗುರಿಗಳನ್ನು ನೀಡಬೇಕು.

- ವಿಷಯ: ವಿಷಯವು ಕಲಿಕೆಯ ಉದ್ದೇಶಗಳನ್ನು ಸಾಧಿಸಲು ಸಹಾಯ ಮಾಡುತ್ತದೆ. ಪಠ್ಯಕ್ರಮವು ಸಮಗ್ರ ಮತ್ತು ಸಮತೋಲಿತ ವಿಷಯವನ್ನು ಒಳಗೊಂಡಿರಬೇಕು.

- ಮೌಲ್ಯೀಕರಣ: ಮೌಲ್ಯೀಕರಣವು ಪಠ್ಯಕ್ರಮದ ಯಶಸ್ಸನ್ನು ಅಳೆಯಲು ಸಹಾಯ ಮಾಡುತ್ತದೆ. ಪಠ್ಯಕ್ರಮವು ಪರಿಣಾಮಕಾರಿಯಾಗಿ ಕಲಿಯುವವರ ಕಲಿಕೆಯನ್ನು ಅಳೆಯುವ ವಿಧಾನಗಳನ್ನು ಒಳಗೊಂಡಿರಬೇಕು.

ನಿರ್ದೇಶನದ ತಂತ್ರಗಳು: ವೈವಿಧ್ಯಮಯ ಕಲಿಯುವವರಿಗಾಗಿ ಸರಿಯಾದ ಸಾಧನಗಳು ಮತ್ತು ವಿಧಾನಗಳನ್ನು ಆಯ್ಕೆ ಮಾಡುವುದು.

ನಿರ್ದೇಶನವು ಶಿಕ್ಷಕರು ಮತ್ತು ವಿದ್ಯಾರ್ಥಿಗಳ ನಡುವಿನ ಸಂವಹನದ ಪ್ರಕ್ರಿಯೆಯಾಗಿದೆ. ಇದು ಕಲಿಕೆಯ ಪ್ರಕ್ರಿಯೆಯನ್ನು ಸುಧಾರಿಸಲು ಸಹಾಯ ಮಾಡುವ ಒಂದು ಪ್ರಮುಖ ಸಾಧನವಾಗಿದೆ.

ನಿರ್ದೇಶನದ ತಂತ್ರಗಳು ವೈವಿಧ್ಯಮಯವಾಗಿವೆ. ಕೆಲವು ಸಾಮಾನ್ಯ ನಿರ್ದೇಶನದ ತಂತ್ರಗಳು ಇಲ್ಲಿವೆ:

- ಉಪನ್ಯಾಸ: ಉಪನ್ಯಾಸವು ಒಂದು ಏಕಪಕ್ಷೀಯ ಸಂವಹನ ಪ್ರಕ್ರಿಯೆಯಾಗಿದ್ದು ಅದರಲ್ಲಿ ಶಿಕ್ಷಕರು ತಮ್ಮ ಜ್ಞಾನವನ್ನು ವಿದ್ಯಾರ್ಥಿಗಳಿಗೆ ತಿಳಿಸುತ್ತಾರೆ.

- ಚರ್ಚೆ: ಚರ್ಚೆಯು ಒಂದು ದ್ವೈಪಕ್ಷೀಯ ಸಂವಹನ ಪ್ರಕ್ರಿಯೆಯಾಗಿದ್ದು ಅದರಲ್ಲಿ ಶಿಕ್ಷಕರು ಮತ್ತು ವಿದ್ಯಾರ್ಥಿಗಳು ವಿಷಯವನ್ನು ಚರ್ಚಿಸುತ್ತಾರೆ.

- ಪ್ರಯೋಗಗಳು: ಪ್ರಯೋಗಗಳು ಶಿಕ್ಷಕರು ಮತ್ತು ವಿದ್ಯಾರ್ಥಿಗಳಿಗೆ ಕಲಿಯುವ ವಸ್ತುವನ್ನು ಅನುಭವಿಸಲು ಅನುವು ಮಾಡಿಕೊಡುತ್ತವೆ.

- ಸಹಯೋಗ ಕಲಿಕೆ: ಸಹಯೋಗ ಕಲಿಕೆ ಒಂದು ವಿಧಾನವಾಗಿದ್ದು ಅದರಲ್ಲಿ ವಿದ್ಯಾರ್ಥಿಗಳು ಒಟ್ಟಾಗಿ ಕೆಲಸ ಮಾಡಿ ಕಲಿಯುತ್ತಾರೆ.

- ಗುಂಪು ಕೆಲಸ: ಗುಂಪು ಕೆಲಸವು ಸಹಯೋಗ ಕಲಿಕೆಯ ಒಂದು ರೂಪವಾಗಿದೆ.

ನಿರ್ದೇಶನದ ತಂತ್ರಗಳನ್ನು ಆಯ್ಕೆಮಾಡುವಾಗ, ಶಿಕ್ಷಕರು ಕಲಿಯುವವರ ಅಗತ್ಯಗಳು ಮತ್ತು ಗುರಿಗಳನ್ನು ಪರಿಗಣಿಸಬೇಕು. ವಿವಿಧ ಕಲಿಕೆಯ ಶೈಲಿಗಳು ಮತ್ತು ಪ್ರತಿಭೆಗಳನ್ನು ಹೊಂದಿರುವ ವಿದ್ಯಾರ್ಥಿಗಳಿಗೆ ಸೇವೆ ಸಲ್ಲಿಸಲು, ಶಿಕ್ಷಕರು ವಿವಿಧ ನಿರ್ದೇಶನದ ತಂತ್ರಗಳನ್ನು ಬಳಸಬೇಕು.

ಕೆಲವು ವಿದ್ಯಾರ್ಥಿಗಳು ಉಪನ್ಯಾಸಗಳಿಂದ ಉತ್ತಮವಾಗಿ ಕಲಿಯುತ್ತಾರೆ, ಇತರರು ಚರ್ಚೆಗಳು ಅಥವಾ ಪ್ರಯೋಗಗಳಿಂದ ಉತ್ತಮವಾಗಿ ಕಲಿಯುತ್ತಾರೆ. ಶಿಕ್ಷಕರು ತಮ್ಮ ವಿದ್ಯಾರ್ಥಿಗಳನ್ನು ತಿಳಿದುಕೊಳ್ಳಬೇಕು ಮತ್ತು ಅವರಿಗೆ ಕೆಲಸ ಮಾಡುವ ಅತ್ಯುತ್ತಮ ರೀತಿಯನ್ನು ಕಂಡುಹಿಡಿಯಬೇಕು.

ವೈವಿಧ್ಯಮಯ ಕಲಿಯುವವರಿಗೆ ಸರಿಯಾದ ನಿರ್ದೇಶನದ ತಂತ್ರಗಳನ್ನು ಆಯ್ಕೆ ಮಾಡುವುದರಿಂದ, ಶಿಕ್ಷಕರು ಎಲ್ಲಾ ವಿದ್ಯಾರ್ಥಿಗಳಿಗೆ ಯಶಸ್ವಿಯಾಗಲು ಸಹಾಯ ಮಾಡಬಹುದು.

ಕೆಲವು ಸಲಹೆಗಳು:

- ನಿಮ್ಮ ವಿದ್ಯಾರ್ಥಿಗಳ ಗುರಿಗಳು ಮತ್ತು ಅಗತ್ಯಗಳನ್ನು ಅರ್ಥಮಾಡಿಕೊಳ್ಳಿ.
- ವಿವಿಧ ನಿರ್ದೇಶನದ ತಂತ್ರಗಳನ್ನು ಬಳಸಿ.
- ನಿಮ್ಮ ವಿದ್ಯಾರ್ಥಿಗಳ ಪ್ರತಿಕ್ರಿಯೆಗಳನ್ನು ಅನುಸರಿಸಿ.

ತಂತ್ರಜ್ಞಾನ ಸಂಯೋಜನ: ಕಲಿಕೆಯ ಅನುಭವಗಳನ್ನು ಹೆಚ್ಚಿಸಲು ತಂತ್ರಜ್ಞಾನವನ್ನು ಬಳಸಿಕೊಳ್ಳುವುದು.

ತಂತ್ರಜ್ಞಾನವು ಶಿಕ್ಷಣದಲ್ಲಿ ಹೆಚ್ಚು ಪ್ರಮುಖ ಪಾತ್ರವನ್ನು ವಹಿಸುತ್ತಿದೆ. ತಂತ್ರಜ್ಞಾನವನ್ನು ಸರಿಯಾದ ರೀತಿಯಲ್ಲಿ ಬಳಸಿದರೆ, ಅದು ಕಲಿಕೆಯ ಅನುಭವಗಳನ್ನು ಹೆಚ್ಚಿಸಲು ಸಹಾಯ ಮಾಡುತ್ತದೆ.

ತಂತ್ರಜ್ಞಾನ ಸಂಯೋಜನ ಎನ್ನುವುದು ತರಗತಿ ಕೋಣೆಯಲ್ಲಿ ತಂತ್ರಜ್ಞಾನವನ್ನು ಸಮಗ್ರವಾಗಿ ಬಳಸುವ ಪ್ರಕ್ರಿಯೆಯಾಗಿದೆ. ಇದು ಕಲಿಕೆಯ ಉದ್ದೇಶಗಳನ್ನು ಸಾಧಿಸಲು ತಂತ್ರಜ್ಞಾನವನ್ನು ಬಳಸುವುದರ ಮೇಲೆ ಕೇಂದ್ರೀಕರಿಸುತ್ತದೆ.

ತಂತ್ರಜ್ಞಾನ ಸಂಯೋಜನೆಯು ವಿವಿಧ ರೀತಿಯಲ್ಲಿ ಕಲಿಕೆಯನ್ನು ಸುಧಾರಿಸಬಹುದು. ಇದು ಕೆಲವು ಉದಾಹರಣೆಗಳು:

- ಕಲಿಕೆಯನ್ನು ಹೆಚ್ಚು ವ್ಯಯಕ್ತಿಕಗೊಳಿಸಲು ಸಹಾಯ ಮಾಡುತ್ತದೆ. ತಂತ್ರಜ್ಞಾನವನ್ನು ಬಳಸಿಕೊಂಡು, ಶಿಕ್ಷಕರು ಪ್ರತಿಯೊಬ್ಬ ವಿದ್ಯಾರ್ಥಿಯ ಅಗತ್ಯಗಳು ಮತ್ತು ಗುರಿಗಳನ್ನು ಪೂರೈಸುವ ಕಲಿಕೆಯ ಅನುಭವಗಳನ್ನು ರಚಿಸಬಹುದು.

- ಕಲಿಕೆಯನ್ನು ಹೆಚ್ಚು ಸಮಗ್ರಗೊಳಿಸಲು ಸಹಾಯ ಮಾಡುತ್ತದೆ. ತಂತ್ರಜ್ಞಾನವನ್ನು ಬಳಸಿಕೊಂಡು, ಶಿಕ್ಷಕರು ವಿದ್ಯಾರ್ಥಿಗಳಿಗೆ ವಿವಿಧ ವಿಧಾನಗಳಲ್ಲಿ ವಿಷಯವನ್ನು ಕಲಿಸಬಹುದು.

- ಕಲಿಕೆಯನ್ನು ಹೆಚ್ಚು ಸಕ್ರಿಯಗೊಳಿಸಲು ಸಹಾಯ ಮಾಡುತ್ತದೆ. ತಂತ್ರಜ್ಞಾನವನ್ನು ಬಳಸಿಕೊಂಡು, ಶಿಕ್ಷಕರು

ವಿದ್ಯಾರ್ಥಿಗಳನ್ನು ಕಲಿಕೆಯ ಪ್ರಕ್ರಿಯೆಯಲ್ಲಿ ತೊಡಗಿಸಬಹುದು.

ತಂತ್ರಜ್ಞಾನ ಸಂಯೋಜನೆಯನ್ನು ಯಶಸ್ವಿಯಾಗಿ ಅಳವಡಿಸಲು, ಶಿಕ್ಷಕರು ಕೆಲವು ಅಂಶಗಳನ್ನು ಪರಿಗಣಿಸಬೇಕು. ಈ ಅಂಶಗಳು ಇಲ್ಲಿವೆ:

- ಕಲಿಕೆಯ ಉದ್ದೇಶಗಳನ್ನು ಅರ್ಥಮಾಡಿಕೊಳ್ಳಿ. ತಂತ್ರಜ್ಞಾನವನ್ನು ಹೇಗೆ ಬಳಸಬೇಕೆಂದು ನಿರ್ಧರಿಸುವ ಮೊದಲು, ಶಿಕ್ಷಕರು ಕಲಿಕೆಯ ಉದ್ದೇಶಗಳನ್ನು ಅರ್ಥಮಾಡಿಕೊಳ್ಳಬೇಕು.

- ವಿದ್ಯಾರ್ಥಿಗಳ ಅಗತ್ಯಗಳು ಮತ್ತು ಗುರಿಗಳನ್ನು ಪರಿಗಣಿಸಿ. ತಂತ್ರಜ್ಞಾನವನ್ನು ಬಳಸುವಾಗ, ಶಿಕ್ಷಕರು ತಮ್ಮ ವಿದ್ಯಾರ್ಥಿಗಳ ಅಗತ್ಯಗಳು ಮತ್ತು ಗುರಿಗಳನ್ನು ಪರಿಗಣಿಸಬೇಕು.

- ವಿವಿಧ ತಂತ್ರಜ್ಞಾನಗಳನ್ನು ಅನ್ವೇಷಿಸಿ. ಅನೇಕ ವಿಭಿನ್ನ ತಂತ್ರಜ್ಞಾನಗಳು ಲಭ್ಯವಿದೆ. ಶಿಕ್ಷಕರು ತಮ್ಮ ಅಗತ್ಯಗಳಿಗೆ ಸೂಕ್ತವಾದ ತಂತ್ರಜ್ಞಾನಗಳನ್ನು ಅನ್ವೇಷಿಸಬೇಕು.

- ತಂತ್ರಜ್ಞಾನವನ್ನು ಬಳಸುವುದು ಹೇಗೆ ಎಂದು ಕಲಿಯಿರಿ. ತಂತ್ರಜ್ಞಾನವನ್ನು ಪರಿಣಾಮಕಾರಿಯಾಗಿ ಬಳಸಲು, ಶಿಕ್ಷಕರು ಅದನ್ನು ಹೇಗೆ ಬಳಸಬೇಕೆಂದು ಕಲಿಯಬೇಕು.

Chapter 3: Building Blocks of Instruction: Designing Effective Learning Activities

ಅಧ್ಯಾಯ 3: ನಿರ್ದೇಶನದ ಕಟ್ಟಡಾಂಗಳ: ಪರಿಣಾಮಕಾರಿ ಕಲಿಕೆಯ ಚಟುವಟಿಗಳನ್ನು ವಿನ್ಯಾಸಗೊಳಿಸುವುದು

ಕಲಿಕೆಯ ಚಟುವಟಿಗಳು: ಸಕ್ರಿಯ ಭಾಗವಹಿಸುವಿಕೆ, ಸಹಕಾರ ಮತ್ತು ಅನ್ವಯ.

ಕಲಿಕೆಯು ಒಂದು ಸಕ್ರಿಯ ಪ್ರಕ್ರಿಯೆಯಾಗಿದೆ. ವಿದ್ಯಾರ್ಥಿಗಳು ಕಲಿಯಲು, ಅವರು ಕಲಿಯುವ ವಸ್ತುವನ್ನು ಅನುಭವಿಸಬೇಕು ಮತ್ತು ಅದರೊಂದಿಗೆ ಸಂವಹನ ನಡೆಸಬೇಕು. ಕಲಿಕೆಯ ಚಟುವಟಿಗಳು ವಿದ್ಯಾರ್ಥಿಗಳನ್ನು ಕಲಿಯುವ ಪ್ರಕ್ರಿಯೆಯಲ್ಲಿ ತೊಡಗಿಸಲು ಮತ್ತು ಅವರ ಕಲಿಕೆಯನ್ನು ಸುಧಾರಿಸಲು ಸಹಾಯ ಮಾಡುತ್ತವೆ.

ಕಲಿಕೆಯ ಚಟುವಟಿಗಳು ಸಕ್ರಿಯ ಭಾಗವಹಿಸುವಿಕೆಯನ್ನು ಉತ್ತೇಜಿಸಬೇಕು. ವಿದ್ಯಾರ್ಥಿಗಳು ಕಲಿಯುವ ವಸ್ತುವನ್ನು ಆಲಿಸಿ ಅಥವಾ ಓದಿ ಮಾತ್ರವಲ್ಲದೆ, ಅದನ್ನು ಅನುಭವಿಸಲು ಮತ್ತು ಅದರೊಂದಿಗೆ ಸಂವಹನ ನಡೆಸಲು ಅವಕಾಶವನ್ನು ಹೊಂದಿರಬೇಕು.

ಕಲಿಕೆಯ ಚಟುವಟಿಗಳು ಸಹಕಾರವನ್ನು ಉತ್ತೇಜಿಸಬೇಕು. ವಿದ್ಯಾರ್ಥಿಗಳು ತಮ್ಮ ಜ್ಞಾನ ಮತ್ತು ಕೌಶಲ್ಯಗಳನ್ನು ಹಂಚಿಕೊಳ್ಳಲು ಮತ್ತು ಪರಸ್ಪರ ಕಲಿಯಲು ಅವಕಾಶವನ್ನು ಹೊಂದಿರಬೇಕು.

ಕಲಿಕೆಯ ಚಟುವಟಿಗಳು ಅನ್ವಯವನ್ನು ಉತ್ತೇಜಿಸಬೇಕು. ವಿದ್ಯಾರ್ಥಿಗಳು ಕಲಿಯುವ ವಸ್ತುವನ್ನು ನಿಜವಾದ ಪ್ರಪಂಚದಲ್ಲಿ ಅನ್ವಯಿಸಲು ಅವಕಾಶವನ್ನು ಹೊಂದಿರಬೇಕು.

ಕಲಿಕೆಯ ಚಟುವಟಿಗಳ ಕೆಲವು ಉದಾಹರಣೆಗಳು ಇಲ್ಲಿವೆ:

- ಸಂವಾದಾತ್ಮಕ ಚರ್ಚೆಗಳು: ವಿದ್ಯಾರ್ಥಿಗಳು ಒಟ್ಟಿಗೆ ಕುಳಿತು ಮತ್ತು ವಿಷಯವನ್ನು ಚರ್ಚಿಸುತ್ತಾರೆ.

- ಗುಂಪು ಕೆಲಸ: ವಿದ್ಯಾರ್ಥಿಗಳು ಒಟ್ಟಾಗಿ ಕೆಲಸ ಮಾಡಿ ಒಂದು ಉತ್ಪನ್ನವನ್ನು ರಚಿಸುತ್ತಾರೆ.

- ಪ್ರಯೋಗಗಳು: ವಿದ್ಯಾರ್ಥಿಗಳು ಕಲಿಯುವ ವಸ್ತುವನ್ನು ಪ್ರಯೋಗಿಸುತ್ತಾರೆ.

- ವಿಜ್ಞಾನ ಶೋಗಳು: ವಿದ್ಯಾರ್ಥಿಗಳು ತಮ್ಮ ಸಂಶೋಧನೆಯನ್ನು ಇತರರೊಂದಿಗೆ ಹಂಚಿಕೊಳ್ಳುತ್ತಾರೆ.

- ಸಾಮಾಜಿಕ ಮಾಧ್ಯಮ ಚಟುವಟಿಗಳು: ವಿದ್ಯಾರ್ಥಿಗಳು ಸಾಮಾಜಿಕ ಮಾಧ್ಯಮವನ್ನು ಬಳಸಿ ಕಲಿಯುವ ವಸ್ತುವನ್ನು ಅನ್ವಯಿಸುತ್ತಾರೆ.

ಕಲಿಕೆಯ ಚಟುವಟಿಗಳನ್ನು ಆಯ್ಕೆಮಾಡುವಾಗ, ಶಿಕ್ಷಕರು ಈ ಕೆಳಗಿನ ಅಂಶಗಳನ್ನು ಪರಿಗಣಿಸಬೇಕು:

- ಕಲಿಕೆಯ ಉದ್ದೇಶಗಳು: ಚಟುವಟಿಯು ಯಾವ ಕಲಿಕೆಯ ಉದ್ದೇಶಗಳನ್ನು ಸಾಧಿಸಲು ಸಹಾಯ ಮಾಡುತ್ತದೆ?

- ವಿದ್ಯಾರ್ಥಿಗಳ ಅಗತ್ಯಗಳು ಮತ್ತು ಗುರಿಗಳು: ಚಟುವಟಿಯು ವಿದ್ಯಾರ್ಥಿಗಳ ಅಗತ್ಯಗಳು ಮತ್ತು ಗುರಿಗಳನ್ನು ಪೂರೈಸುತ್ತದೆಯೇ?

- ಚಟುವಟಿಯ ಸ್ವರೂಪ: ಚಟುವಟಿಯು ಸಕ್ರಿಯ ಭಾಗವಹಿಸುವಿಕೆ, ಸಹಕಾರ ಮತ್ತು ಅನ್ವಯವನ್ನು ಉತ್ತೇಜಿಸುತ್ತದೆಯೇ?

ಕಲಿಕೆಯ ಚಟುವಟಿಗಳು ವಿದ್ಯಾರ್ಥಿಗಳ ಕಲಿಕೆಯನ್ನು ಸುಧಾರಿಸಲು ಒಂದು ಶಕ್ತಿಯುತ ಸಾಧನವಾಗಿದೆ.

ಬ್ಲೂಮ್'ಸ್ ವರ್ಗೀಕರಣ: ಗುರಿಯಿಟ್ಟ ಚಟುವಟಿಗಳಿಗಾಗಿ ಕಲಿಕೆಯ ಉದ್ದೇಶಗಳನ್ನು ವರ್ಗೀಕರಿಸುವುದು.

ಬ್ಲೂಮ್'ಸ್ ವರ್ಗೀಕರಣವು ಕಲಿಕೆಯ ಉದ್ದೇಶಗಳನ್ನು ವರ್ಗೀಕರಿಸುವ ಒಂದು ಮಾದರಿಯಾಗಿದೆ. ಇದನ್ನು 1956 ರಲ್ಲಿ ಬಿ. ಸ್ಪೆನ್ಸರ್ ಬ್ಲೂಮ್ ಮತ್ತು ಇತರ ವಿಜ್ಞಾನಿಗಳ ತಂಡವು ಅಭಿವೃದ್ಧಿಪಡಿಸಿತು.

ಬ್ಲೂಮ್'ಸ್ ವರ್ಗೀಕರಣವು ಕಲಿಕೆಯನ್ನು ಒಂದು ಸುಧಾರಣಾ ಪ್ರಕ್ರಿಯೆಯಾಗಿ ನೋಡುತ್ತದೆ. ಇದು ಕಲಿಯುವವರಿಗೆ ಕಲಿಯುವ ವಸ್ತುವನ್ನು ಅರ್ಥಮಾಡಿಕೊಳ್ಳುವುದು, ಅನ್ವಯಿಸುವುದು, ವಿಶ್ಲೇಷಿಸುವುದು, ಸಂಶ್ಲೇಷಿಸುವುದು ಮತ್ತು ಮೌಲ್ಯಮಾಪನ ಮಾಡುವುದು ಮುಂತಾದ ವಿವಿಧ ಮಟ್ಟಗಳಲ್ಲಿ ಕಲಿಯುವ ಅವಕಾಶವನ್ನು ನೀಡುತ್ತದೆ.

ಬ್ಲೂಮ್'ಸ್ ವರ್ಗೀಕರಣವು 6 ಮಟ್ಟಗಳನ್ನು ಹೊಂದಿದೆ:

- ಜ್ಞಾನ: ಘಟನೆಗಳು, ಪದಗಳು, ಸೂತ್ರಗಳು ಅಥವಾ ಅಂಕಿಅಂಶಗಳನ್ನು ನೆನಪಿಟ್ಟುಕೊಳ್ಳುವುದು.

- ಅರ್ಥಮಾಡಿಕೊಳ್ಳುವುದು: ಒಂದು ಪಠ್ಯದ ಅರ್ಥವನ್ನು ಅರ್ಥಮಾಡಿಕೊಳ್ಳುವುದು ಅಥವಾ ಒಂದು ಸಂಕೀರ್ಣ ವಿಷಯವನ್ನು ವಿವರಿಸುವುದು.

- ಅನ್ವಯಿಸುವುದು: ಕಲಿತ ಜ್ಞಾನವನ್ನು ಹೊಸ ಪರಿಸ್ಥಿತಿಗೆ ಅನ್ವಯಿಸುವುದು.

- ವಿಶ್ಲೇಷಿಸುವುದು: ಒಂದು ಪಠ್ಯ ಅಥವಾ ಸಂಕೀರ್ಣ ವಿಷಯವನ್ನು ಭಾಗಗಳಾಗಿ ವಿಭಜಿಸುವುದು ಮತ್ತು

ಅವುಗಳ ನಡುವಿನ ಸಂಬಂಧಗಳನ್ನು ಅರ್ಥಮಾಡಿಕೊಳ್ಳುವುದು.

- ಸಂಶ್ಲೇಷಿಸುವುದು: ವಿಭಿನ್ನ ಜ್ಞಾನ ಮತ್ತು ಅಂಶಗಳನ್ನು ಹೊಸ ಸಂಪೂರ್ಣವಾಗಿ ಸಂಯೋಜಿಸುವುದು.

- ಮೌಲ್ಯಮಾಪನ ಮಾಡುವುದು: ಒಂದು ಪಠ್ಯ ಅಥವಾ ವಿಷಯದ ಮೌಲ್ಯವನ್ನು ನಿರ್ಣಯಿಸುವುದು.

ಬ್ಲೂಮ್'ಸ್ ವರ್ಗೀಕರಣವು ಶಿಕ್ಷಕರು ತಮ್ಮ ವಿದ್ಯಾರ್ಥಿಗಳಿಗೆ ಏನು ಕಲಿಸಬೇಕೆಂದು ನಿರ್ಧರಿಸಲು ಮತ್ತು ಗುರಿಯಿಟ್ಟ ಚಟುವಟಿಕೆಗಳನ್ನು ರಚಿಸಲು ಸಹಾಯ ಮಾಡುತ್ತದೆ.

ವಿಭಿನ್ನವಾದ ನಿರ್ದೇಶನ: ವೈಯಕ್ತಿಕ ಅಗತ್ಯಗಳು ಮತ್ತು ಕಲಿಕೆಯ ಶೈಲಿಗಳಿಗೆ ಸೇವೆ ಸಲ್ಲಿಸುವುದು.

ವಿಭಿನ್ನವಾದ ನಿರ್ದೇಶನವು ಒಂದು ರೀತಿಯ ಶಿಕ್ಷಣ ವಿಧಾನವಾಗಿದ್ದು ಅದು ವಿದ್ಯಾರ್ಥಿಗಳ ವೈಯಕ್ತಿಕ ಅಗತ್ಯಗಳು ಮತ್ತು ಕಲಿಕೆಯ ಶೈಲಿಗಳನ್ನು ಪರಿಗಣಿಸುತ್ತದೆ. ವಿಭಿನ್ನವಾದ ನಿರ್ದೇಶನವನ್ನು ಬಳಸುವ ಶಿಕ್ಷಕರು ವಿದ್ಯಾರ್ಥಿಗಳಿಗೆ ವಿವಿಧ ರೀತಿಯ ಕಲಿಕೆಯ ಅವಕಾಶಗಳನ್ನು ಒದಗಿಸುತ್ತಾರೆ, ಇದರಿಂದ ಪ್ರತಿಯೊಬ್ಬ ವಿದ್ಯಾರ್ಥಿಯು ತಮ್ಮ ವೈಯಕ್ತಿಕ ಶೈಲಿ ಮತ್ತು ಆಸಕ್ತಿಗಳಿಗೆ ಅನುಗುಣವಾಗಿ ಕಲಿಯಲು ಸಾಧ್ಯವಾಗುತ್ತದೆ.

ವಿಭಿನ್ನವಾದ ನಿರ್ದೇಶನದ ಪ್ರಯೋಜನಗಳು:

- ಎಲ್ಲಾ ವಿದ್ಯಾರ್ಥಿಗಳಿಗೆ ಯಶಸ್ವಿಯಾಗಲು ಅವಕಾಶವನ್ನು ಒದಗಿಸುತ್ತದೆ.

- ಕಲಿಕೆಯನ್ನು ಹೆಚ್ಚು ಆಸಕ್ತಿದಾಯಕ ಮತ್ತು ಸಮಗ್ರಗೊಳಿಸುತ್ತದೆ.

- ಕಲಿಕೆಯನ್ನು ಹೆಚ್ಚು ಸಕ್ರಿಯ ಮತ್ತು ಭಾಗವಹಿಸುವ ಪ್ರಕ್ರಿಯೆಯನ್ನಾಗಿ ಮಾಡುತ್ತದೆ.

ವಿಭಿನ್ನವಾದ ನಿರ್ದೇಶನವನ್ನು ಅಳವಡಿಸಿಕೊಳ್ಳಲು, ಶಿಕ್ಷಕರು ಈ ಕೆಳಗಿನ ಅಂಶಗಳನ್ನು ಪರಿಗಣಿಸಬೇಕು:

- ವಿದ್ಯಾರ್ಥಿಗಳ ವೈಯಕ್ತಿಕ ಅಗತ್ಯಗಳು ಮತ್ತು ಕಲಿಕೆಯ ಶೈಲಿಗಳನ್ನು ಅರ್ಥಮಾಡಿಕೊಳ್ಳಿ.

- ವಿವಿಧ ರೀತಿಯ ಕಲಿಕೆಯ ಅವಕಾಶಗಳನ್ನು ಒದಗಿಸಿ.

- ವಿದ್ಯಾರ್ಥಿಗಳಿಗೆ ಸ್ವಯಂ-ನಿರ್ವಹಣೆ ಮತ್ತು ಸ್ವ-ನಿರ್ಣಯವನ್ನು ಬೆಂಬಲಿಸಿ.

ವಿಭಿನ್ನವಾದ ನಿರ್ದೇಶನವನ್ನು ಅಳವಡಿಸಿಕೊಳ್ಳಲು ಕೆಲವು ನಿರ್ದಿಷ್ಟ ವಿಧಾನಗಳು ಇಲ್ಲಿವೆ:

- ವಿದ್ಯಾರ್ಥಿಗಳಿಗೆ ವಿವಿಧ ಮಟ್ಟದ ಆರಂಭಿಕ ಜ್ಞಾನ ಮತ್ತು ಕೌಶಲ್ಯಗಳಿವೆ ಎಂಬುದನ್ನು ಅರ್ಥಮಾಡಿಕೊಳ್ಳಿ. ಆದ್ದರಿಂದ, ನೀವು ವಿವಿಧ ಕಷ್ಟದ ಮಟ್ಟದ ಚಟುವಟಿಗಳನ್ನು ಒದಗಿಸಬೇಕು.

- ವಿದ್ಯಾರ್ಥಿಗಳು ವಿಭಿನ್ನ ರೀತಿಯಲ್ಲಿ ಕಲಿಯುತ್ತಾರೆ ಎಂಬುದನ್ನು ನೆನಪಿಡಿ. ಉದಾಹರಣೆಗೆ, ಕೆಲವು ವಿದ್ಯಾರ್ಥಿಗಳು ಚರ್ಚೆ ಮತ್ತು ಸಹಯೋಗದ ಮೂಲಕ ಉತ್ತಮವಾಗಿ ಕಲಿಯುತ್ತಾರೆ, ಇತರರು ಸ್ವತಂತ್ರವಾಗಿ ಓದುವುದು ಮತ್ತು ಬರೆಯುವ ಮೂಲಕ ಉತ್ತಮವಾಗಿ ಕಲಿಯುತ್ತಾರೆ.

- ವಿದ್ಯಾರ್ಥಿಗಳಿಗೆ ಸ್ವಯಂ-ನಿರ್ವಹಣೆ ಮತ್ತು ಸ್ವ-ನಿರ್ಣಯವನ್ನು ಬೆಂಬಲಿಸಿ. ಉದಾಹರಣೆಗೆ, ನೀವು ವಿದ್ಯಾರ್ಥಿಗಳಿಗೆ ತಮ್ಮ ಸ್ವಂತ ಕಲಿಕೆಯ ಗುರಿಗಳನ್ನು ಹೊಂದಲು ಮತ್ತು ಅವುಗಳನ್ನು ಸಾಧಿಸಲು ಯೋಜನೆಗಳನ್ನು ರಚಿಸಲು ಸಹಾಯ ಮಾಡಬಹುದು.

ವಿಭಿನ್ನವಾದ ನಿರ್ದೇಶನವು ಎಲ್ಲಾ ವಿದ್ಯಾರ್ಥಿಗಳಿಗೆ ಯಶಸ್ವಿಯಾಗಲು ಸಹಾಯ ಮಾಡುವ ಒಂದು ಶಕ್ತಿಯುತ ಸಾಧನವಾಗಿದೆ. ಇದು ಕಲಿಕೆಯನ್ನು ಹೆಚ್ಚು ಆಸಕ್ತಿದಾಯಕ, ಸಮಗ್ರ ಮತ್ತು ಸಕ್ರಿಯ ಪ್ರಕ್ರಿಯೆಯನ್ನಾಗಿ ಮಾಡುತ್ತದೆ.

ಕಲಿಕೆಗಾಗಿ ಸಾರ್ವತ್ರಿಕ ವಿನ್ಯಾಸ: ಪ್ರವೇಶಿಸುವ ಮತ್ತು ಸಮಗ್ರ ಅನುಭವಗಳನ್ನು ಸೃಷ್ಟಿಸುವುದು.

ಕಲಿಕೆಗಾಗಿ ಸಾರ್ವತ್ರಿಕ ವಿನ್ಯಾಸ (Universal Design for Learning) ಎನ್ನುವುದು ಎಲ್ಲಾ ವಿದ್ಯಾರ್ಥಿಗಳಿಗೆ ಯಶಸ್ವಿಯಾಗಲು ಅನುವು ಮಾಡಿಕೊಡುವ ಶೈಕ್ಷಣಿಕ ವಿನ್ಯಾಸದ ವಿಧಾನವಾಗಿದೆ. ಇದು ವಿವಿಧ ಅಗತ್ಯಗಳು ಮತ್ತು ಕಲಿಕೆಯ ಶೈಲಿಗಳನ್ನು ಹೊಂದಿರುವ ವಿದ್ಯಾರ್ಥಿಗಳಿಗೆ ಪ್ರವೇಶಿಸುವ ಮತ್ತು ಸಮಗ್ರ ಕಲಿಕೆಯ ಅನುಭವಗಳನ್ನು ಸೃಷ್ಟಿಸಲು ವಿನ್ಯಾಸಗೊಳಿಸಲಾಗಿದೆ.

ಸಾರ್ವತ್ರಿಕ ವಿನ್ಯಾಸದ ಮೂಲ ತತ್ವಗಳು ಈ ಕೆಳಗಿನಂತಿವೆ:

- ಸಾಮಾನ್ಯ ಅಗತ್ಯಗಳು: ಸಾರ್ವತ್ರಿಕ ವಿನ್ಯಾಸವು ವಿದ್ಯಾರ್ಥಿಗಳಿಗೆ ಅಗತ್ಯವಿರುವ ಎಲ್ಲಾ ಅಂಶಗಳನ್ನು ಒಳಗೊಂಡಿರಬೇಕು, ಅವುಗಳಲ್ಲಿ ಭೌತಿಕ ಪ್ರವೇಶ, ಮಾಹಿತಿ ಮತ್ತು ಸಂವಹನ ತಂತ್ರಜ್ಞಾನ (ICT), ಮತ್ತು ವಸ್ತುಗಳು ಮತ್ತು ಚಟುವಟಿಕೆಗಳು ಸೇರಿವೆ.

- ಸಾಮಾನ್ಯ ವಿಧಾನಗಳು: ಸಾರ್ವತ್ರಿಕ ವಿನ್ಯಾಸವು ವಿವಿಧ ವಿಧಾನಗಳನ್ನು ಒಳಗೊಂಡಿರಬೇಕು, ಇದರಿಂದ ಎಲ್ಲಾ ವಿದ್ಯಾರ್ಥಿಗಳು ತಮ್ಮ ವೈಯಕ್ತಿಕ ಶೈಲಿ ಮತ್ತು ಆಸಕ್ತಿಗಳಿಗೆ ಅನುಗುಣವಾಗಿ ಕಲಿಯಬಹುದು.

- ಸಾಮಾನ್ಯ ಪರಿಣಾಮಗಳು: ಸಾರ್ವತ್ರಿಕ ವಿನ್ಯಾಸವು ಎಲ್ಲಾ ವಿದ್ಯಾರ್ಥಿಗಳಿಗೆ ಉತ್ತಮ ಫಲಿತಾಂಶಗಳನ್ನು ನೀಡಬೇಕು.

ಸಾರ್ವತ್ರಿಕ ವಿನ್ಯಾಸವನ್ನು ಶಾಲೆಗಳು, ವಿಶ್ವವಿದ್ಯಾಲಯಗಳು ಮತ್ತು ಇತರ ಶೈಕ್ಷಣಿಕ ಸಂಸ್ಥೆಗಳಲ್ಲಿ ಅಳವಡಿಸಿಕೊಳ್ಳಬಹುದು. ಇದನ್ನು ಕಲಿಕೆಗೆ ಸಂಬಂಧಿಸಿದ ಎಲ್ಲಾ ಅಂಶಗಳಿಗೆ ಅನ್ವಯಿಸಬಹುದು, ಅವುಗಳಲ್ಲಿ ಶಾಲಾ ಕಟ್ಟಡಗಳು, ಕಲಿಕೆ ವಸ್ತುಗಳು ಮತ್ತು ಚಟುವಟಿಕೆಗಳು, ಮತ್ತು ಪಠ್ಯಕ್ರಮ ಸೇರಿವೆ.

ಸಾರ್ವತ್ರಿಕ ವಿನ್ಯಾಸದ ಕೆಲವು ಪ್ರಯೋಜನಗಳು ಈ ಕೆಳಗಿನಂತಿವೆ:

- ಎಲ್ಲಾ ವಿದ್ಯಾರ್ಥಿಗಳಿಗೆ ಯಶಸ್ವಿಯಾಗಲು ಅವಕಾಶವನ್ನು ಒದಗಿಸುತ್ತದೆ.

- ಕಲಿಕೆಯನ್ನು ಹೆಚ್ಚು ಆಸಕ್ತಿದಾಯಕ ಮತ್ತು ಸಮಗ್ರಗೊಳಿಸುತ್ತದೆ.

- ಕಲಿಕೆಯನ್ನು ಹೆಚ್ಚು ಸಕ್ರಿಯ ಮತ್ತು ಭಾಗವಹಿಸುವ ಪ್ರಕ್ರಿಯೆಯನ್ನಾಗಿ ಮಾಡುತ್ತದೆ.

ಸಾರ್ವತ್ರಿಕ ವಿನ್ಯಾಸವನ್ನು ಅಳವಡಿಸಿಕೊಳ್ಳಲು, ಶಿಕ್ಷಕರು ಮತ್ತು ಇತರ ಶೈಕ್ಷಣಿಕ ವೃತ್ತಿಪರರು ಈ ಕೆಳಗಿನ ಹಂತಗಳನ್ನು ಅನುಸರಿಸಬಹುದು:

1. ವಿದ್ಯಾರ್ಥಿಗಳ ವೈಯಕ್ತಿಕ ಅಗತ್ಯಗಳು ಮತ್ತು ಕಲಿಕೆಯ ಶೈಲಿಗಳನ್ನು ಅರ್ಥಮಾಡಿಕೊಳ್ಳಿ.

2. ಸಾರ್ವತ್ರಿಕ ವಿನ್ಯಾಸದ ತತ್ವಗಳನ್ನು ಅರ್ಥಮಾಡಿಕೊಳ್ಳಿ.

3. ಕಲಿಕೆಗೆ ಸಂಬಂಧಿಸಿದ ಎಲ್ಲಾ ಅಂಶಗಳನ್ನು ಪರಿಗಣಿಸಿ.

4. ಸಾರ್ವತ್ರಿಕ ವಿನ್ಯಾಸ ಅಭ್ಯಾಸಗಳನ್ನು ಅಳವಡಿಸಿಕೊಳ್ಳಿ.

Chapter 4: The Power of Engagement: Motivating and Encouraging Learners

ಅಧ್ಯಾಯ 4: ಈ‌ಡ್ರ‌ಪಾಡಿನ ಶಕ್ತಿ: ಕಲಿಯುವವವರನ್ನು ಪ್ರೇರೇಪಿಸುವುದು ಮತ್ತು ಪ್ರೋತ್ಸಾಹಿಸುವುದು

ಆಂತರಿಕ ಪ್ರೇರಣೆ: ಕುತೂಹಲ, ಸ್ವಾಯತ್ತತೆ ಮತ್ತು ಪರಿಣತಿಯನ್ನು ಬೆಳೆಸುವುದು.

ಆಂತರಿಕ ಪ್ರೇರಣೆ ಎನ್ನುವುದು ಒಬ್ಬ ವ್ಯಕ್ತಿಯು ಒಂದು ಚಟುವಟಿಯನ್ನು ಮಾಡಲು ಅಥವಾ ಒಂದು ಗುರಿಯನ್ನು ಸಾಧಿಸಲು ಒಳಗಿನಿಂದ ಪ್ರೇರೇಪಿಸಲ್ಪಡುವುದು. ಇದು ಹೊರಗಿನ ಪ್ರತಿಫಲಗಳು ಅಥವಾ ಶಿಕ್ಷೆಗಳಿಂದ ಪ್ರೇರೇಪಿಸಲ್ಪಡುವುದಿಲ್ಲ.

ಆಂತರಿಕ ಪ್ರೇರಣೆಯು ಕಲಿಕೆಯಲ್ಲಿ ಪ್ರಮುಖ ಪಾತ್ರವನ್ನು ವಹಿಸುತ್ತದೆ. ಆಂತರಿಕವಾಗಿ ಪ್ರೇರೇಪಿತ ವಿದ್ಯಾರ್ಥಿಗಳು ಹೆಚ್ಚು ಸಕ್ರಿಯವಾಗಿ ಕಲಿಯುತ್ತಾರೆ, ಹೆಚ್ಚು ಸಹಿಷ್ಣುರಾಗಿದ್ದಾರೆ ಮತ್ತು ಹೆಚ್ಚು ಯಶಸ್ವಿಯಾಗುತ್ತಾರೆ.

ಆಂತರಿಕ ಪ್ರೇರಣೆಯನ್ನು ಬೆಳೆಸಲು, ಶಿಕ್ಷಕರು ಮತ್ತು ಇತರ ಹಿರಿಯರು ಕೆಳಗಿನ ವಿಷಯಗಳನ್ನು ಮಾಡಬಹುದು:

- ಕುತೂಹಲವನ್ನು ಪ್ರೋತ್ಸಾಹಿಸಿ. ವಿದ್ಯಾರ್ಥಿಗಳಲ್ಲಿ ಕುತೂಹಲವನ್ನು ಬೆಳೆಸುವುದು ಆಂತರಿಕ ಪ್ರೇರಣೆಯ ಒಂದು ಪ್ರಮುಖ ಅಂಶವಾಗಿದೆ. ವಿದ್ಯಾರ್ಥಿಗಳನ್ನು ಪ್ರಶ್ನಿಸಲು, ಹೊಸ ವಿಷಯಗಳನ್ನು ಕಲಿಯಲು ಮತ್ತು ತಮ್ಮ ಸುತ್ತಲಿನ ಪ್ರಪಂಚವನ್ನು ಅನ್ವೇಷಿಸಲು ಪ್ರೋತ್ಸಾಹಿಸಿ.

- ಸ್ವಾಯತ್ತತೆಯನ್ನು ನೀಡಿ. ವಿದ್ಯಾರ್ಥಿಗಳಿಗೆ ತಮ್ಮ ಕಲಿಕೆ ಮತ್ತು ಅಭಿವೃದ್ಧಿಯಲ್ಲಿ ಹೆಚ್ಚಿನ ಸ್ವಾಯತ್ತತೆಯನ್ನು ನೀಡುವುದು ಅವರನ್ನು ಆಂತರಿಕವಾಗಿ ಪ್ರೇರೇಪಿಸಲು ಸಹಾಯ ಮಾಡುತ್ತದೆ. ಅವರಿಗೆ ತಮ್ಮ ಸ್ವಂತ ಗುರಿಗಳನ್ನು ಹೊಂದಲು ಮತ್ತು ಅವುಗಳನ್ನು ಸಾಧಿಸಲು ಸಹಾಯ ಮಾಡಿ.

- ಪರಿಣತಿಯನ್ನು ಅನುಭವಿಸಲು ಅವಕಾಶವನ್ನು ನೀಡಿ. ವಿದ್ಯಾರ್ಥಿಗಳು ಏನನ್ನಾದರೂ ಕಲಿಯುವಾಗ, ಅವರು ಅದರಲ್ಲಿ ಪರಿಣತಿ ಪಡೆಯಲು ಸಾಧ್ಯವಾದಷ್ಟು ಅವಕಾಶವನ್ನು ಪಡೆಯಬೇಕು. ಅವರಿಗೆ ಅಭ್ಯಾಸ ಮಾಡಲು ಮತ್ತು ತಮ್ಮ ಕೌಶಲ್ಯಗಳನ್ನು ಸುಧಾರಿಸಲು ಅವಕಾಶವನ್ನು ನೀಡಿ.

ಕೆಲವು ನಿರ್ದಿಷ್ಟ ಕ್ರಮಗಳು ಇಲ್ಲಿವೆ:

- ವಿದ್ಯಾರ್ಥಿಗಳಿಗೆ ತಮ್ಮ ಕಲಿಕೆಯ ಗುರಿಗಳನ್ನು ಹೊಂದಲು ಸಹಾಯ ಮಾಡಿ ಮತ್ತು ಅವುಗಳನ್ನು ಸಾಧಿಸಲು ಅವರಿಗೆ ಮಾರ್ಗದರ್ಶನ ನೀಡಿ.

- ವಿದ್ಯಾರ್ಥಿಗಳಿಗೆ ತಮ್ಮ ಕಲಿಕೆಯ ಪ್ರಗತಿಯನ್ನು ಪರಿಶೀಲಿಸಲು ಮತ್ತು ಅಗತ್ಯವಿದ್ದರೆ ತಿದ್ದುಪಡಿ ಮಾಡಲು ಅವಕಾಶವನ್ನು ನೀಡಿ.

- ವಿದ್ಯಾರ್ಥಿಗಳಿಗೆ ತಮ್ಮ ಕಲಿಕೆಯನ್ನು ಇತರರೊಂದಿಗೆ ಹಂಚಿಕೊಳ್ಳಲು ಅವಕಾಶವನ್ನು ನೀಡಿ.

ಆಂತರಿಕ ಪ್ರೇರಣೆಯನ್ನು ಬೆಳೆಸುವುದು ಸಮಯ ಮತ್ತು ಪ್ರಯತ್ನದ ಅಗತ್ಯವಿರುವ ಒಂದು ಪ್ರಕ್ರಿಯೆಯಾಗಿದೆ. ಆದಾಗ್ಯೂ, ಇದು ಕಲಿಕೆಯಲ್ಲಿ ಉತ್ತಮ ಫಲಿತಾಂಶಗಳನ್ನು ಸಾಧಿಸಲು ಸಹಾಯ ಮಾಡುವ ಒಂದು ಶಕ್ತಿಯುತ ಸಾಧನವಾಗಿದೆ.

ಬಾಹ್ಯ ಪ್ರೇರಣೆ: ಪ್ರಶಸ್ತಿಗಳು, ಗುರುತಿಸುವಿಕೆ ಮತ್ತು ಪ್ರತಿಕ್ರಿಯೆಯನ್ನು ಪರಿಣಾಮಕಾರಿಯಾಗಿ ಬಳಸುವುದು.

ಬಾಹ್ಯ ಪ್ರೇರಣೆ ಎನ್ನುವುದು ಒಬ್ಬ ವ್ಯಕ್ತಿಯು ಒಂದು ಚಟುವಟಿಯನ್ನು ಮಾಡಲು ಅಥವಾ ಒಂದು ಗುರಿಯನ್ನು ಸಾಧಿಸಲು ಹೊರಗಿನ ಪ್ರತಿಫಲಗಳು ಅಥವಾ ಶಿಕ್ಷೆಗಳಿಂದ ಪ್ರೇರೇಪಿಸಲ್ಪಡುವುದು. ಇದು ಆಂತರಿಕ ಪ್ರೇರಣೆಯಿಂದ ಭಿನ್ನವಾಗಿದೆ, ಇದು ಒಳಗಿನಿಂದ ಬರುತ್ತದೆ.

ಬಾಹ್ಯ ಪ್ರೇರಣೆಯು ಕಲಿಕೆಯಲ್ಲಿ ಒಂದು ಪಾತ್ರವನ್ನು ವಹಿಸಬಹುದು, ಆದರೆ ಇದು ಆಂತರಿಕ ಪ್ರೇರಣೆಯಷ್ಟು ಪರಿಣಾಮಕಾರಿಯಾಗಿಲ್ಲ ಎಂದು ಸಂಶೋಧನೆಗಳು ತೋರಿಸಿವೆ. ಬಾಹ್ಯ ಪ್ರೇರಣೆಯು ವಿದ್ಯಾರ್ಥಿಗಳನ್ನು ಚಿಕ್ಕ ಅವಧಿಗೆ ಮಾತ್ರ ಪ್ರೇರೇಪಿಸುತ್ತದೆ ಮತ್ತು ಅವರು ಪ್ರಶಸ್ತಿ ಅಥವಾ ಶಿಕ್ಷೆಯನ್ನು ಪಡೆಯುವುದನ್ನು ನಿಲ್ಲಿಸಿದಾಗ, ಅವರು ತಮ್ಮ ಶ್ರಮವನ್ನು ಕಡಿಮೆ ಮಾಡಬಹುದು.

ಆದಾಗ್ಯೂ, ಬಾಹ್ಯ ಪ್ರೇರಣೆಯನ್ನು ಪರಿಣಾಮಕಾರಿಯಾಗಿ ಬಳಸುವುದರಿಂದ ವಿದ್ಯಾರ್ಥಿಗಳ ಕಲಿಕೆಯನ್ನು ಉತ್ತೇಜಿಸಬಹುದು. ಇಲ್ಲಿ ಕೆಲವು ಸಲಹೆಗಳಿವೆ:

- ಪ್ರಶಸ್ತಿಗಳನ್ನು ಯೋಜನಾಬದ್ಧವಾಗಿ ಬಳಸಿ. ಪ್ರಶಸ್ತಿಗಳು ವಿದ್ಯಾರ್ಥಿಗಳನ್ನು ಉತ್ತೇಜಿಸಲು ಉತ್ತಮ ಮಾರ್ಗವಾಗಿದೆ, ಆದರೆ ಅವುಗಳನ್ನು ದುರುಪಯೋಗಪಡಿಸಿಕೊಳ್ಳಬಾರದು. ಪ್ರಶಸ್ತಿಗಳನ್ನು ತುಂಬಾ ಅಗತ್ಯವಿಲ್ಲದಿದ್ದಾಗ ಅಥವಾ ಅವುಗಳು ಕಲಿಕೆಯ ಗುರಿಯನ್ನು ಸಾಧಿಸಲು ಅಗತ್ಯವಲ್ಲದಿದ್ದಾಗ ಬಳಸಬೇಡಿ.

- ಗುರುತಿಸುವಿಕೆಯನ್ನು ಬಳಸಿ. ಗುರುತಿಸುವಿಕೆಯು ವಿದ್ಯಾರ್ಥಿಗಳ ಪ್ರಯತ್ನಗಳನ್ನು ಗುರುತಿಸಲು ಮತ್ತು

ಅವರನ್ನು ಪ್ರೋತ್ಸಾಹಿಸಲು ಒಂದು ಶಕ್ತಿಯುತ ಮಾರ್ಗವಾಗಿದೆ. ವಿದ್ಯಾರ್ಥಿಗಳ ಕೆಲಸವನ್ನು ಹೊಗಳಿ, ಅವರ ಸಾಧನೆಗಳನ್ನು ಗುರುತಿಸಿ ಮತ್ತು ಅವರನ್ನು ಇತರರೊಂದಿಗೆ ಹಂಚಿಕೊಳ್ಳಿ.

- **ಪ್ರತಿಕ್ರಿಯೆಯನ್ನು ನೀಡಿ. ಪ್ರತಿಕ್ರಿಯೆಯು ವಿದ್ಯಾರ್ಥಿಗಳಿಗೆ ತಮ್ಮ ಕಲಿಕೆ ಮತ್ತು ಬೆಳವಣಿಗೆಯನ್ನು ಅರ್ಥಮಾಡಿಕೊಳ್ಳಲು ಸಹಾಯ ಮಾಡುತ್ತದೆ. ವಿದ್ಯಾರ್ಥಿಗಳ ಕೆಲಸವನ್ನು ನಿರ್ಮಲವಾಗಿ ಮತ್ತು ರಚನಾತ್ಮಕವಾಗಿ ಟೀಕಿಸಿ. ಅವರಿಗೆ ತಮ್ಮ ಕಾರ್ಯದಲ್ಲಿ ಸುಧಾರಿಸಲು ಸಹಾಯ ಮಾಡಲು ಮಾರ್ಗದರ್ಶನ ಮತ್ತು ಸಲಹೆಯನ್ನು ನೀಡಿ.

ಬಾಹ್ಯ ಪ್ರೇರಣೆಯನ್ನು ಪರಿಣಾಮಕಾರಿಯಾಗಿ ಬಳಸುವುದರಿಂದ ವಿದ್ಯಾರ್ಥಿಗಳ ಕಲಿಕೆಯನ್ನು ಉತ್ತೇಜಿಸಬಹುದು ಮತ್ತು ಅವರ ಯಶಸ್ಸಿಗೆ ಸಹಾಯ ಮಾಡಬಹುದು. ಆದಾಗ್ಯೂ, ಇದನ್ನು ದುರುಪಯೋಗಪಡಿಸಿಕೊಳ್ಳಬಾರದು ಮತ್ತು ಇದು ಆಂತರಿಕ ಪ್ರೇರಣೆಯನ್ನು ಬೆಳೆಸಲು ಒಂದು ಮಾರ್ಗವಾಗಿದೆ ಎಂದು ನೆನಪಿಟ್ಟುಕೊಳ್ಳುವುದು ಮುಖ್ಯವಾಗಿದೆ.

ಸಕಾರಾತ್ಮಕ ಕಲಿಕೆಯ ವಾತಾವರಣವನ್ನು ನಿರ್ಮಿಸುವುದು: ವಿಶ್ವಾಸ, ಗೌರವ ಮತ್ತು ಸಹಕಾರವನ್ನು ಬೆಳೆಸುವುದು.

ಸಕಾರಾತ್ಮಕ ಕಲಿಕೆಯ ವಾತಾವರಣವು ವಿದ್ಯಾರ್ಥಿಗಳು ಯಶಸ್ವಿಯಾಗಲು ಅಗತ್ಯವಿರುವ ಅಂಶಗಳಲ್ಲಿ ಒಂದಾಗಿದೆ. ಇದು ವಿದ್ಯಾರ್ಥಿಗಳು ತಮ್ಮ ಕಲಿಕೆ ಮತ್ತು ಬೆಳವಣಿಗೆಯ ಬಗ್ಗೆ ಆತ್ಮವಿಶ್ವಾಸವನ್ನು ಅನುಭವಿಸುವಂತೆ ಮಾಡುತ್ತದೆ, ಮತ್ತು ಅವರು ಒಬ್ಬರೊಂದಿಗೊಬ್ಬರು ಮತ್ತು ತಮ್ಮ ಶಿಕ್ಷಕರೊಂದಿಗೆ ಗೌರವ ಮತ್ತು ಸಹಕಾರದಿಂದ ಸಂಬಂಧವನ್ನು ಬೆಳೆಸಲು ಅನುವು ಮಾಡಿಕೊಡುತ್ತದೆ.

ಸಕಾರಾತ್ಮಕ ಕಲಿಕೆಯ ವಾತಾವರಣವನ್ನು ನಿರ್ಮಿಸಲು, ಶಿಕ್ಷಕರು ಈ ಕೆಳಗಿನವುಗಳನ್ನು ಮಾಡಬಹುದು:

- ವಿದ್ಯಾರ್ಥಿಗಳಿಗೆ ವಿಶ್ವಾಸವನ್ನು ನೀಡಿ. ವಿದ್ಯಾರ್ಥಿಗಳು ತಮ್ಮ ಶಿಕ್ಷಕರು ಅವರನ್ನು ನಂಬುತ್ತಾರೆ ಮತ್ತು ಅವರಿಗೆ ಯಶಸ್ವಿಯಾಗಲು ಅವಕಾಶ ನೀಡುತ್ತಾರೆ ಎಂದು ಭಾವಿಸುವಾಗ, ಅವರು ಹೆಚ್ಚು ಸಕ್ರಿಯವಾಗಿ ಕಲಿಯುತ್ತಾರೆ ಮತ್ತು ಸವಾಲಿನ ಕಾರ್ಯಗಳನ್ನು ಅಂಗೀಕರಿಸಲು ಹೆಚ್ಚು ಸಾಧ್ಯವಾಗುತ್ತದೆ.

- ವಿದ್ಯಾರ್ಥಿಗಳ ಗೌರವವನ್ನು ಕಾಪಾಡಿಕೊಳ್ಳಿ. ವಿದ್ಯಾರ್ಥಿಗಳನ್ನು ಅವರ ವ್ಯಕ್ತಿಗಳು ಮತ್ತು ಅವರ ಅಭಿಪ್ರಾಯಗಳನ್ನು ಗೌರವಿಸುವುದು ಮುಖ್ಯವಾಗಿದೆ. ಇದರರ್ಥ ಅವರನ್ನು ತಮ್ಮ ತಪ್ಪುಗಳಿಗಾಗಿ ತಿದ್ದುವಾಗ ಸಹ ಗೌರವದಿಂದ ಚಿಕಿತ್ಸೆ ನೀಡುವುದು.

- ಸಹಕಾರವನ್ನು ಪ್ರೋತ್ಸಾಹಿಸಿ. ವಿದ್ಯಾರ್ಥಿಗಳು ಪರಸ್ಪರರೊಂದಿಗೆ ಕೆಲಸ ಮಾಡುವಾಗ, ಅವರು

ಪರಸ್ಪರರಿಂದ ಕಲಿಯಲು ಮತ್ತು ಬೆಳೆಯಲು ಹೆಚ್ಚು ಸಾಧ್ಯವಾಗುತ್ತದೆ. ಶಿಕ್ಷಕರು ಗುಂಪು ಕೆಲಸ, ಸಂಭಾಷಣೆ ಮತ್ತು ಚರ್ಚೆಗಳಂತಹ ಸಹಕಾರದ ಚಟುವಟಿಕೆಗಳನ್ನು ಒಳಗೊಂಡಿರುವ ಕಲಿಕೆ ಅನುಭವಗಳನ್ನು ರಚಿಸಬಹುದು.

ಸಕಾರಾತ್ಮಕ ಕಲಿಕೆಯ ವಾತಾವರಣವನ್ನು ನಿರ್ಮಿಸುವುದು ಸಮಯ ಮತ್ತು ಪ್ರಯತ್ನದ ಅಗತ್ಯವಿರುವ ಒಂದು ಪ್ರಕ್ರಿಯೆಯಾಗಿದೆ. ಆದಾಗ್ಯೂ, ಇದು ವಿದ್ಯಾರ್ಥಿಗಳ ಯಶಸ್ಸಿಗೆ ಬಹಳ ಮುಖ್ಯವಾಗಿದೆ.

ಸಕಾರಾತ್ಮಕ ಕಲಿಕೆಯ ವಾತಾವರಣವನ್ನು ನಿರ್ಮಿಸಲು ಸಹಾಯ ಮಾಡುವ ಕೆಲವು ನಿರ್ದಿಷ್ಟ ಕ್ರಮಗಳು ಇಲ್ಲಿವೆ:

- ಶಿಕ್ಷಕರು ವಿದ್ಯಾರ್ಥಿಗಳೊಂದಿಗೆ ಸ್ಪಷ್ಟ ಮತ್ತು ನಿರಂತರ ಸಂವಹನ ನಡೆಸಬೇಕು. ವಿದ್ಯಾರ್ಥಿಗಳು ತಮ್ಮ ಶಿಕ್ಷಕರಿಂದ ಏನು ನಿರೀಕ್ಷಿಸಬೇಕು ಎಂಬುದನ್ನು ಅರ್ಥಮಾಡಿಕೊಳ್ಳುವುದು ಮುಖ್ಯವಾಗಿದೆ.
- **ಶಿಕ್ಷಕರು ವಿದ್ಯಾರ್ಥಿಗಳಿಗೆ ಸ್ವಯಂ-ನಿರ್ವಹಣೆಯ ಕೌಶಲ್ಯಗಳನ್ನು ಬೆಳೆಸಲು ಸಹಾಯ ಮಾಡಬೇಕು.

ಕಲಿಯುವವರ ಭಾವನೆಗಳನ್ನು ಪರಿಹರಿಸುವುದು: ಆತಂಕ, ನಿರಾಶೆ ಮತ್ತು ನಿರಾಸೆಯನ್ನು ನಿಭಾಯಿಸುವ ತಂತ್ರಗಳು.

ಕಲಿಯುವವರು ಭಾವನೆಗಳನ್ನು ಅನುಭವಿಸುವುದು ಸಹಜ. ಆತಂಕ, ನಿರಾಶೆ ಮತ್ತು ನಿರಾಸೆ ಮುಂತಾದ ಭಾವನೆಗಳು ಕಲಿಕೆಯ ಪ್ರಕ್ರಿಯೆಯಲ್ಲಿ ಸಾಮಾನ್ಯವಾಗಿದೆ. ಆದಾಗ್ಯೂ, ಈ ಭಾವನೆಗಳು ಕಲಿಕೆಯನ್ನು ಗಂಭೀರವಾಗಿ ಅಡ್ಡಿಪಡಿಸಬಹುದು.

ಶಿಕ್ಷಕರು ಕಲಿಯುವವರ ಭಾವನೆಗಳನ್ನು ಪರಿಹರಿಸಲು ಸಹಾಯ ಮಾಡುವುದು ಮುಖ್ಯವಾಗಿದೆ. ಇದು ಕಲಿಯುವವರಿಗೆ ಯಶಸ್ವಿಯಾಗಲು ಮತ್ತು ತಮ್ಮ ಶೈಕ್ಷಣಿಕ ಗುರಿಗಳನ್ನು ಸಾಧಿಸಲು ಸಹಾಯ ಮಾಡುತ್ತದೆ.

ಆತಂಕವನ್ನು ನಿಭಾಯಿಸುವುದು

ಆತಂಕವು ಕಲಿಕೆಯಲ್ಲಿ ಅಡ್ಡಿಪಡಿಸುವ ಒಂದು ಸಾಮಾನ್ಯ ಭಾವನೆಯಾಗಿದೆ. ಆತಂಕವು ಪರೀಕ್ಷೆಗಳಿಗೆ ಸಿದ್ಧತೆ ನಡೆಸುವಾಗ, ಹೊಸ ಕೆಲಸವನ್ನು ಕಲಿಯುವಾಗ ಅಥವಾ ಸಾಮಾಜಿಕವಾಗಿ ಭಯಪಡುವಾಗ ಸಂಭವಿಸಬಹುದು.

ಆತಂಕವನ್ನು ನಿಭಾಯಿಸಲು ಸಹಾಯ ಮಾಡುವ ಕೆಲವು ತಂತ್ರಗಳು ಇಲ್ಲಿವೆ:

- ಸ್ವಯಂ-ಮಾಹಿತಿಯನ್ನು ಹೆಚ್ಚಿಸಿ. ಆತಂಕದ ಬಗ್ಗೆ ನೀವು ಹೆಚ್ಚು ತಿಳಿದಿದ್ದರೆ, ಅದನ್ನು ನಿಭಾಯಿಸಲು ನಿಮಗೆ ಸುಲಭವಾಗುತ್ತದೆ. ಆತಂಕದ ಲಕ್ಷಣಗಳು, ಕಾರಣಗಳು ಮತ್ತು ಪರಿಣಾಮಗಳನ್ನು ಅರ್ಥಮಾಡಿಕೊಳ್ಳಿ.
- ಉಸಿರಾಟದ ವ್ಯಾಯಾಮಗಳನ್ನು ಅಭ್ಯಾಸ ಮಾಡಿ. ಉಸಿರಾಟದ ವ್ಯಾಯಾಮಗಳು ಆತಂಕದ ಲಕ್ಷಣಗಳನ್ನು ನಿವಾರಿಸಲು ಸಹಾಯ ಮಾಡುತ್ತದೆ. ನಿಮ್ಮ

ಹೊಟ್ಟೆಯ ಉಸಿರಾಟವನ್ನು ಕೇಂದ್ರೀಕರಿಸಿ ಮತ್ತು ಪ್ರತಿ ಉಸಿರಾಟಕ್ಕೆ ಐದು ಸೆಕೆಂಡುಗಳನ್ನು ತೆಗೆದುಕೊಳ್ಳಿ.

- ಧ್ಯಾನ ಅಥವಾ ಯೋಗವನ್ನು ಅಭ್ಯಾಸ ಮಾಡಿ. ಧ್ಯಾನ ಮತ್ತು ಯೋಗವು ಆತಂಕವನ್ನು ಕಡಿಮೆ ಮಾಡಲು ಮತ್ತು ಒತ್ತಡವನ್ನು ನಿಭಾಯಿಸಲು ಸಹಾಯ ಮಾಡುವ ಆರೋಗ್ಯಕರ ವಿಧಾನಗಳಾಗಿವೆ.

- ಪ್ರೋತ್ಸಾಹಿಸುವ ಜನರೊಂದಿಗೆ ಸಮಯ ಕಳೆಯಿರಿ. ಪ್ರೀತಿಪಾತ್ರರೊಂದಿಗೆ ಸಮಯ ಕಳೆಯುವುದು ನಿಮ್ಮ ಸ್ವಯಂ-ಗೌರವ ಮತ್ತು ಆತ್ಮವಿಶ್ವಾಸವನ್ನು ಹೆಚ್ಚಿಸಲು ಸಹಾಯ ಮಾಡುತ್ತದೆ, ಇದು ಆತಂಕವನ್ನು ಕಡಿಮೆ ಮಾಡಲು ಸಹಾಯ ಮಾಡುತ್ತದೆ.

ನಿರಾಶೆಯನ್ನು ನಿಭಾಯಿಸುವುದು

ನಿರಾಶೆಯು ಕಲಿಕೆಯಲ್ಲಿ ಅಡ್ಡಿಪಡಿಸುವ ಇನ್ನೊಂದು ಸಾಮಾನ್ಯ ಭಾವನೆಯಾಗಿದೆ. ನಿರಾಶೆಯು ನೀವು ಏನನ್ನಾದರೂ ಸಾಧಿಸಲು ವಿಫಲವಾದಾಗ, ನೀವು ಏನನ್ನಾದರೂ ಕಲಿಯಲು ಅಥವಾ ಸಾಧಿಸಲು ಸಾಧ್ಯವಾಗದಿದ್ದಾಗ ಸಂಭವಿಸಬಹುದು.

Chapter 5: Assessment and Iteration: Measuring and Improving Learning
ಅಧ್ಯಾಯ 5: ಮೌಲ್ಯೀಕರಣ ಮತ್ತು ಪುನರಾವರ್ತನೆ: ಕಲಿಕೆಯನ್ನು ಅಳತೆಮಾಡುವುದು ಮತ್ತು ಸುಧಾರಿಸುವುದು

ರೂಪಾತ್ಮಕ ಮೌಲ್ಯೀಕರಣ: ಪ್ರಕ್ರಿಯೆಯಾದ್ಯಂತ ಅರ್ಥಮಾಡಿಕೊಳ್ಳುವಿಕೆಯನ್ನು ಪರಿಶೀಲಿಸುವುದು ಮತ್ತು ಪ್ರತಿಕ್ರಿಯೆಯನ್ನು ನೀಡುವುದು.

ರೂಪಾತ್ಮಕ ಮೌಲ್ಯೀಕರಣವು ಕಲಿಯುವವರ ಕಲಿಕೆಯ ಪ್ರಗತಿಯನ್ನು ಅಳೆಯುವ ಪ್ರಕ್ರಿಯೆಯಾಗಿದೆ. ಇದನ್ನು ಪಠ್ಯಕ್ರಮದ ವಿವಿಧ ಹಂತಗಳಲ್ಲಿ ನಡೆಸಬಹುದು ಮತ್ತು ವಿವಿಧ ರೀತಿಯ ಚಟುವಟಿಕೆಗಳ ಮೂಲಕ ಇದನ್ನು ಮಾಡಬಹುದು.

ರೂಪಾತ್ಮಕ ಮೌಲ್ಯೀಕರಣದ ಉದ್ದೇಶಗಳು:

- ಕಲಿಯುವವರ ಅರ್ಥಮಾಡಿಕೊಳ್ಳುವಿಕೆಯನ್ನು ಪರಿಶೀಲಿಸಿ ಮತ್ತು ಗುರುತಿಸಿ.
- ಕಲಿಯುವವರಿಗೆ ಪ್ರತಿಕ್ರಿಯೆಯನ್ನು ನೀಡಿ ಮತ್ತು ಮಾರ್ಗದರ್ಶನ ನೀಡಿ.
- ಕಲಿಕೆಯ ಪ್ರಕ್ರಿಯೆಯನ್ನು ಸುಧಾರಿಸಲು ಸಹಾಯ ಮಾಡಿ.

ರೂಪಾತ್ಮಕ ಮೌಲ್ಯೀಕರಣದ ಕೆಲವು ಸಾಮಾನ್ಯ ರೂಪಗಳು ಇಲ್ಲಿವೆ:

- ಪ್ರಶ್ನೆಗಳು ಮತ್ತು ಉತ್ತರಗಳು: ಪ್ರಶ್ನೆಗಳನ್ನು ಶಬ್ದಾರ್ಥ, ಅರ್ಥಮಾಡಿಕೊಳ್ಳುವಿಕೆ, ಅನ್ವಯಿಸುವಿಕೆ, ವಿಶ್ಲೇಷಣ,

ಸಂಶ್ಲೇಷಣೆ ಅಥವಾ ಮೌಲ್ಯಮಾಪನ ಮಟ್ಟಗಳಿಗೆ ನಿಯೋಜಿಸಬಹುದು.

- ಚರ್ಚೆಗಳು ಮತ್ತು ಚರ್ಚೆಗಳು: ಚರ್ಚೆಗಳು ಮತ್ತು ಚರ್ಚೆಗಳು ಕಲಿಯುವವರಿಗೆ ತಮ್ಮ ತಿಳುವಳಿಕೆಯನ್ನು ವ್ಯಕ್ತಪಡಿಸಲು ಮತ್ತು ಇತರರೊಂದಿಗೆ ತಮ್ಮ ಆಲೋಚನೆಗಳನ್ನು ಹಂಚಿಕೊಳ್ಳಲು ಅವಕಾಶ ನೀಡುತ್ತದೆ.

- ಪರೀಕ್ಷೆಗಳು ಮತ್ತು ಪ್ರಶ್ನೆಪತ್ರಗಳು: ಪರೀಕ್ಷೆಗಳು ಮತ್ತು ಪ್ರಶ್ನೆಪತ್ರಗಳು ಕಲಿಯುವವರ ಅರ್ಥಮಾಡಿಕೊಳ್ಳುವಿಕೆಯನ್ನು ಪರಿಶೀಲಿಸಲು ಒಂದು ಉತ್ತಮ ಮಾರ್ಗವಾಗಿದೆ.

- ಪ್ರಕ್ರಿಯೆಯ ಮೌಲ್ಯೀಕರಣ: ಪ್ರಕ್ರಿಯೆಯ ಮೌಲ್ಯೀಕರಣವು ಕಲಿಯುವವರ ಕಲಿಕೆಯ ಉದ್ದೇಶಗಳನ್ನು ಸಾಧಿಸುವಲ್ಲಿ ಅವರ ಪ್ರಗತಿಯನ್ನು ಪರಿಶೀಲಿಸುತ್ತದೆ.

ರೂಪಾತ್ಮಕ ಮೌಲ್ಯೀಕರಣವು ಕಲಿಕೆಯ ಪ್ರಕ್ರಿಯೆಯಲ್ಲಿ ಮುಖ್ಯವಾದ ಪಾತ್ರವನ್ನು ವಹಿಸುತ್ತದೆ. ಇದು ಕಲಿಯುವವರ ಅರ್ಥಮಾಡಿಕೊಳ್ಳುವಿಕೆಯನ್ನು ಪರಿಶೀಲಿಸಲು ಮತ್ತು ಗುರುತಿಸಲು, ಅವರಿಗೆ ಪ್ರತಿಕ್ರಿಯೆಯನ್ನು ನೀಡಲು ಮತ್ತು ಮಾರ್ಗದರ್ಶನ ನೀಡಲು ಸಹಾಯ ಮಾಡುತ್ತದೆ.

ಸಂಗ್ರಹಣ ಮೌಲ್ಯೀಕರಣ: ಘಟಕ ಅಥವಾ ಕೋರ್ಸ್ ಅಂತ್ಯದಲ್ಲಿ ಕಲಿಕೆಯ ಫಲಿತಾಂಶಗಳನ್ನು ಮೌಲ್ಯೀಕರಣ ಮಾಡುವುದು.

ಸಂಗ್ರಹಣ ಮೌಲ್ಯೀಕರಣವು ಕಲಿಯುವವರ ಕಲಿಕೆಯನ್ನು ಅಳೆಯುವ ಪ್ರಕ್ರಿಯೆಯಾಗಿದೆ. ಇದನ್ನು ಘಟಕ ಅಥವಾ ಕೋರ್ಸ್ ಅಂತ್ಯದಲ್ಲಿ ನಡೆಸಲಾಗುತ್ತದೆ ಮತ್ತು ಇದು ಕಲಿಯುವವರ ಶೈಕ್ಷಣಿಕ ಯಶಸ್ಸನ್ನು ನಿರ್ಧರಿಸುವಲ್ಲಿ ಪ್ರಮುಖ ಪಾತ್ರ ವಹಿಸುತ್ತದೆ.

ಸಂಗ್ರಹಣ ಮೌಲ್ಯೀಕರಣದ ಉದ್ದೇಶಗಳು:

- ಕಲಿಯುವವರ ಕಲಿಕೆಯ ಫಲಿತಾಂಶಗಳನ್ನು ನಿರ್ಧರಿಸಿ.

- ಕಲಿಯುವವರ ಕಲಿಕೆಯನ್ನು ಅಳೆಯುವ ಮತ್ತು ಗುರುತಿಸುವ ಒಂದು ವ್ಯಾಪಕ ಮತ್ತು ಸಮಗ್ರ ಮಾರ್ಗವನ್ನು ಒದಗಿಸಿ.

- ಕಲಿಯುವವರಿಗೆ ಅವರ ಕಲಿಕೆಯನ್ನು ಸುಧಾರಿಸಲು ಸಹಾಯ ಮಾಡಿ.

ಸಂಗ್ರಹಣ ಮೌಲ್ಯೀಕರಣದ ಕೆಲವು ಸಾಮಾನ್ಯ ರೂಪಗಳು ಇಲ್ಲಿವೆ:

- ಪರೀಕ್ಷೆಗಳು ಮತ್ತು ಪ್ರಶ್ನೆಪತ್ರಗಳು: ಪರೀಕ್ಷೆಗಳು ಮತ್ತು ಪ್ರಶ್ನೆಪತ್ರಗಳು ಕಲಿಯುವವರ ಅರ್ಥಮಾಡಿಕೊಳ್ಳುವಿಕೆಯನ್ನು ಪರಿಶೀಲಿಸಲು ಒಂದು ಉತ್ತಮ ಮಾರ್ಗವಾಗಿದೆ.

- ಪ್ರಬಂಧಗಳು ಮತ್ತು ಪ್ರಾಜೆಕ್ಟ್‌ಗಳು: ಪ್ರಬಂಧಗಳು ಮತ್ತು ಪ್ರಾಜೆಕ್ಟ್‌ಗಳು ಕಲಿಯುವವರ ಸೃಜನಶೀಲತೆ ಮತ್ತು

ಜ್ಞಾನದ ಅನ್ವಯಿಕೆಯನ್ನು ಪರಿಶೀಲಿಸಲು ಒಂದು ಉತ್ತಮ ಮಾರ್ಗವಾಗಿದೆ.

- ಚರ್ಚೆಗಳು ಮತ್ತು ಚರ್ಚೆಗಳು: ಚರ್ಚೆಗಳು ಮತ್ತು ಚರ್ಚೆಗಳು ಕಲಿಯುವವರ ಸಂವಹನ ಮತ್ತು ವಿಮರ್ಶಾತ್ಮಕ ಚಿಂತನೆಯ ಕೌಶಲ್ಯಗಳನ್ನು ಪರಿಶೀಲಿಸಲು ಒಂದು ಉತ್ತಮ ಮಾರ್ಗವಾಗಿದೆ.

- ಪ್ರಯೋಗಗಳು ಮತ್ತು ಪ್ರಯೋಗಗಳು: ಪ್ರಯೋಗಗಳು ಮತ್ತು ಪ್ರಯೋಗಗಳು ಕಲಿಯುವವರ ಪ್ರಾಯೋಗಿಕ ಕೌಶಲ್ಯಗಳನ್ನು ಪರಿಶೀಲಿಸಲು ಒಂದು ಉತ್ತಮ ಮಾರ್ಗವಾಗಿದೆ.

ಸಂಗ್ರಹಣ ಮೌಲ್ಯೀಕರಣವನ್ನು ವಿನ್ಯಾಸಗೊಳಿಸುವಾಗ, ಶಿಕ್ಷಕರು ಈ ಕೆಳಗಿನ ಅಂಶಗಳನ್ನು ಪರಿಗಣಿಸಬೇಕು:

- ಕಲಿಕೆಯ ಫಲಿತಾಂಶಗಳು: ಸಂಗ್ರಹಣ ಮೌಲ್ಯೀಕರಣವು ಕಲಿಯುವವರ ಯಾವ ಕಲಿಕೆಯ ಫಲಿತಾಂಶಗಳನ್ನು ಪರಿಶೀಲಿಸುತ್ತದೆ ಎಂಬುದನ್ನು ಶಿಕ್ಷಕರು ಸ್ಪಷ್ಟವಾಗಿ ಅರ್ಥಮಾಡಿಕೊಳ್ಳಬೇಕು.

- ಮೌಲ್ಯಮಾಪನ ಉದ್ದೇಶಗಳು: ಸಂಗ್ರಹಣ ಮೌಲ್ಯೀಕರಣದ ಉದ್ದೇಶಗಳು ಏನೆಂಬುದನ್ನು ಶಿಕ್ಷಕರು ಸ್ಪಷ್ಟವಾಗಿ ಅರ್ಥಮಾಡಿಕೊಳ್ಳಬೇಕು.

- ಮೌಲ್ಯಮಾಪನದ ಮಾನದಂಡಗಳು: ಸಂಗ್ರಹಣ ಮೌಲ್ಯೀಕರಣದ ಮಾನದಂಡಗಳು ಸ್ಪಷ್ಟವಾಗಿ ಮತ್ತು ನಿರ್ದಿಷ್ಟವಾಗಿರಬೇಕು.

ಡೇಟಾ ವಿಶ್ಲೇಷಣ ಮತ್ತು ಪ್ರತಿಬಿಂಬ: ವಿನ್ಯಾಸದ ನಿರ್ಧಾರಗಳಿಗೆ ಮಾಹಿತಿ ನೀಡಲು ಮತ್ತು ನಿರ್ದೇಶನವನ್ನು ಸುಧಾರಿಸಲು ಮೌಲ್ಯೀಕರಣ ಡೇಟಾವನ್ನು ಬಳಸುವುದು.

ಡೇಟಾ ವಿಶ್ಲೇಷಣ ಮತ್ತು ಪ್ರತಿಬಿಂಬವು ಕಲಿಕೆಯನ್ನು ಸುಧಾರಿಸಲು ಮತ್ತು ನಿರ್ದೇಶನವನ್ನು ಸುಧಾರಿಸಲು ಬಳಸಬಹುದಾದ ಶಕ್ತಿಯುತ ಸಾಧನಗಳಾಗಿವೆ. ಮೌಲ್ಯೀಕರಣ ಡೇಟಾವನ್ನು ವಿಶ್ಲೇಷಿಸುವ ಮೂಲಕ, ಶಿಕ್ಷಕರು ಕಲಿಯುವವರ ಕಲಿಕೆಯನ್ನು ಅರ್ಥಮಾಡಿಕೊಳ್ಳಬಹುದು ಮತ್ತು ಅವರ ಕಲಿಕೆಯನ್ನು ಸುಧಾರಿಸಲು ಅಗತ್ಯವಿರುವ ಬದಲಾವಣೆಗಳನ್ನು ಮಾಡಬಹುದು.

ಡೇಟಾ ವಿಶ್ಲೇಷಣೆಯು ಮೌಲ್ಯೀಕರಣ ಡೇಟಾವನ್ನು ಸಂಗ್ರಹಿಸುವ, ಸಂಘಟಿಸುವ, ವಿಶ್ಲೇಷಿಸುವ ಮತ್ತು ಅರ್ಥೈಸುವ ಪ್ರಕ್ರಿಯೆಯಾಗಿದೆ. ಡೇಟಾ ವಿಶ್ಲೇಷಣೆಯನ್ನು ನಡೆಸಲು ವಿವಿಧ ವಿಧಾನಗಳು ಲಭ್ಯವಿದೆ, ಆದರೆ ಸಾಮಾನ್ಯ ವಿಧಾನಗಳು ಸೇರಿವೆ:

- ತಾಂತ್ರಿಕ ವಿಶ್ಲೇಷಣೆ: ತಾಂತ್ರಿಕ ವಿಶ್ಲೇಷಣೆಯು ಡೇಟಾದ ಸಂಖ್ಯಾತ್ಮಕ ಮಾದರಿಯನ್ನು ಅಧ್ಯಯನ ಮಾಡುವ ಮೂಲಕ ಕಲಿಯುವವರ ಕಲಿಕೆಯನ್ನು ಅಳೆಯುತ್ತದೆ.

- ವಿಷಯ ವಿಶ್ಲೇಷಣೆ: ವಿಷಯ ವಿಶ್ಲೇಷಣೆಯು ಡೇಟಾದ ವಿಷಯವನ್ನು ಅಧ್ಯಯನ ಮಾಡುವ ಮೂಲಕ ಕಲಿಯುವವರ ಕಲಿಕೆಯನ್ನು ಅಳೆಯುತ್ತದೆ.

- ಪ್ರಕ್ರಿಯೆ ವಿಶ್ಲೇಷಣೆ: ಪ್ರಕ್ರಿಯೆ ವಿಶ್ಲೇಷಣೆಯು ಡೇಟಾದ ರಚನೆಯನ್ನು ಅಧ್ಯಯನ ಮಾಡುವ ಮೂಲಕ ಕಲಿಯುವವರ ಕಲಿಕೆಯನ್ನು ಅಳೆಯುತ್ತದೆ.

ಡೇಟಾ ವಿಶ್ಲೇಷಣೆಯ ನಂತರ, ಶಿಕ್ಷಕರು ತಮ್ಮ ಕಂಡುಹಿಡಿಕೆಗಳನ್ನು ಪ್ರತಿಬಿಂಬಿಸಬೇಕು. ಪ್ರತಿಬಿಂಬವು ಶಿಕ್ಷಕರು ತಮ್ಮ ಕಾರ್ಯವನ್ನು ಪರಿಗಣಿಸುವ ಮತ್ತು ಅದನ್ನು

ಸುಧಾರಿಸಲು ಹೊಸ ಮಾರ್ಗಗಳನ್ನು ಕಂಡುಹಿಡಿಯುವ ಪ್ರಕ್ರಿಯೆಯಾಗಿದೆ. ಪ್ರತಿಬಿಂಬವು ಡೇಟಾ ವಿಶ್ಲೇಷಣೆಯ ಫಲಿತಾಂಶಗಳನ್ನು ಸಂಯೋಜಿಸುವ, ಅವುಗಳ ಅರ್ಥವನ್ನು ಅರ್ಥಮಾಡಿಕೊಳ್ಳುವ ಮತ್ತು ಅವುಗಳ ಆಧಾರದ ಮೇಲೆ ಕ್ರಮ ತೆಗೆದುಕೊಳ್ಳುವ ಪ್ರಕ್ರಿಯೆಯನ್ನು ಒಳಗೊಂಡಿರುತ್ತದೆ.

ಡೇಟಾ ವಿಶ್ಲೇಷಣೆ ಮತ್ತು ಪ್ರತಿಬಿಂಬವನ್ನು ಬಳಸುವ ಮೂಲಕ, ಶಿಕ್ಷಕರು ಈ ಕೆಳಗಿನ ಪ್ರಯೋಜನಗಳನ್ನು ಪಡೆಯಬಹುದು:

- ಕಲಿಯುವವರ ಕಲಿಕೆಯನ್ನು ಅರ್ಥಮಾಡಿಕೊಳ್ಳಲು ಸಾಧ್ಯವಾಗುತ್ತದೆ.

- ಕಲಿಕೆಯನ್ನು ಸುಧಾರಿಸಲು ಅಗತ್ಯವಿರುವ ಬದಲಾವಣೆಗಳನ್ನು ಮಾಡಲು ಸಾಧ್ಯವಾಗುತ್ತದೆ.

- ನಿರ್ದೇಶನವನ್ನು ಸುಧಾರಿಸಲು ಸಾಧ್ಯವಾಗುತ್ತದೆ.

ಡೇಟಾ ವಿಶ್ಲೇಷಣೆ ಮತ್ತು ಪ್ರತಿಬಿಂಬವು ಶಿಕ್ಷಣದಲ್ಲಿ ಒಂದು ಪ್ರಮುಖ ಸಾಧನವಾಗಿದೆ. ಈ ಸಾಧನಗಳನ್ನು ಬಳಸುವ ಮೂಲಕ, ಶಿಕ್ಷಕರು ತಮ್ಮ ಕಲಿಕೆಯನ್ನು ಸುಧಾರಿಸಲು ಮತ್ತು ತಮ್ಮ ವಿದ್ಯಾರ್ಥಿಗಳಿಗೆ ಉತ್ತಮ ಶಿಕ್ಷಣವನ್ನು ನೀಡಲು ಸಹಾಯ ಮಾಡಬಹುದು.

ನಿರಂತರ ಸುಧಾರಣೆ: ನಿರ್ದೇಶನ ವಿನ್ಯಾಸದ ಪುನರಾವರ್ತನ ಸ್ವರೂಪ ಮತ್ತು ಕಲಿಯುವವರಿಗೆ ಹೊಂದಿಕೊಳ್ಳುವುದು

ನಿರಂತರ ಸುಧಾರಣೆಯು ಯಾವುದೇ ಚಟುವಟಿಕೆಯಲ್ಲಿ ಉತ್ತಮ ಫಲಿತಾಂಶಗಳನ್ನು ಸಾಧಿಸಲು ನಿಯಮಿತವಾಗಿ ಅವಲೋಕನ ಮತ್ತು ಸುಧಾರಣೆಯನ್ನು ಕೈಗೊಳ್ಳುವ ಪ್ರಕ್ರಿಯೆಯಾಗಿದೆ. ಶಿಕ್ಷಣದಲ್ಲಿ, ನಿರಂತರ ಸುಧಾರಣೆಯು ಕಲಿಯುವವರ ಕಲಿಕೆಯನ್ನು ಸುಧಾರಿಸಲು ಒಂದು ಪ್ರಮುಖ ಸಾಧನವಾಗಿದೆ.

ನಿರ್ದೇಶನ ವಿನ್ಯಾಸದಲ್ಲಿ, ನಿರಂತರ ಸುಧಾರಣೆಯು ಈ ಕೆಳಗಿನ ಮೂಲ ಘಟಕಗಳನ್ನು ಒಳಗೊಂಡಿದೆ:

- ಪುನರಾವರ್ತನ ಸ್ವರೂಪ: ನಿರ್ದೇಶನ ವಿನ್ಯಾಸವನ್ನು ಪುನರಾವರ್ತಿಸುವ ಮೂಲಕ, ಶಿಕ್ಷಕರು ಡೇಟಾವನ್ನು ಸಂಗ್ರಹಿಸಬಹುದು ಮತ್ತು ಪ್ರತಿಬಿಂಬಿಸಬಹುದು, ಮತ್ತು ಅಗತ್ಯವಿರುವ ಬದಲಾವಣೆಗಳನ್ನು ಮಾಡಬಹುದು.

- ಕಲಿಯುವವರಿಗೆ ಹೊಂದಿಕೊಳ್ಳುವುದು: ಶಿಕ್ಷಕರು ಕಲಿಯುವವರ ವ್ಯೆಯಕ್ತಿಕ ಅಗತ್ಯಗಳು ಮತ್ತು ಆಸಕ್ತಿಗಳನ್ನು ಪರಿಗಣಿಸುವ ಮೂಲಕ, ಅವರು ತಮ್ಮ ನಿರ್ದೇಶನವನ್ನು ಹೆಚ್ಚು ಪರಿಣಾಮಕಾರಿಯಾಗಿ ಮಾಡಬಹುದು.

ಪುನರಾವರ್ತನ ಸ್ವರೂಪವು ನಿರಂತರ ಸುಧಾರಣೆಯ ಅತ್ಯಗತ್ಯ ಭಾಗವಾಗಿದೆ. ಶಿಕ್ಷಕರು ತಮ್ಮ ನಿರ್ದೇಶನವನ್ನು ನಿಯಮಿತವಾಗಿ ಅವಲೋಕಿಸದಿದ್ದರೆ, ಅವರು ತಮ್ಮ ಕಲಿಯುವವರ ಕಲಿಕೆಯನ್ನು ಸುಧಾರಿಸಲು ಅಗತ್ಯವಿರುವ ಬದಲಾವಣೆಗಳನ್ನು ಮಾಡಲು ಸಾಧ್ಯವಾಗುವುದಿಲ್ಲ.

ಕಲಿಯುವವರಿಗೆ ಹೊಂದಿಕೊಳ್ಳುವುದು ನಿರಂತರ ಸುಧಾರಣೆಯ ಮತ್ತೊಂದು ಪ್ರಮುಖ ಅಂಶವಾಗಿದೆ. ಶಿಕ್ಷಕರು ತಮ್ಮ ಕಲಿಯುವವರ ವ್ಯಯಕ್ತಿಕ ಅಗತ್ಯಗಳು ಮತ್ತು ಆಸಕ್ತಿಗಳನ್ನು ಅರ್ಥಮಾಡಿಕೊಳ್ಳದಿದ್ದರೆ, ಅವರು ಅವರಿಗೆ ಅತ್ಯುತ್ತಮವಾದ ಶಿಕ್ಷಣವನ್ನು ನೀಡಲು ಸಾಧ್ಯವಾಗುವುದಿಲ್ಲ.

ಶಿಕ್ಷಕರು ನಿರಂತರ ಸುಧಾರಣೆಯನ್ನು ಅಭ್ಯಾಸ ಮಾಡುವ ಮೂಲಕ, ಅವರು ತಮ್ಮ ಕಲಿಯುವವರ ಕಲಿಕೆಯನ್ನು ಸುಧಾರಿಸಲು ಮತ್ತು ಅವರಿಗೆ ಉತ್ತಮ ಶಿಕ್ಷಣವನ್ನು ನೀಡಲು ಸಹಾಯ ಮಾಡಬಹುದು.

ನಿರಂತರ ಸುಧಾರಣೆಯನ್ನು ಅಭ್ಯಾಸ ಮಾಡಲು ಶಿಕ್ಷಕರು ಮಾಡಬಹುದಾದ ಕೆಲವು ವಿಷಯಗಳು ಇಲ್ಲಿವೆ:

- ಮೌಲ್ಯೀಕರಣ ಡೇಟಾವನ್ನು ಸಂಗ್ರಹಿಸಿ ಮತ್ತು ವಿಶ್ಲೇಷಿಸಿ. ಡೇಟಾವು ಶಿಕ್ಷಕರು ತಮ್ಮ ಕಲಿಯುವವರ ಕಲಿಕೆಯನ್ನು ಹೇಗೆ ಸುಧಾರಿಸಬಹುದು ಎಂಬುದನ್ನು ಅರ್ಥಮಾಡಿಕೊಳ್ಳಲು ಸಹಾಯ ಮಾಡುತ್ತದೆ.

Chapter 6: Beyond the Classroom: Expanding the Learning Landscape

ಅಧ್ಯಾಯ 6: ತರಗತಿಯಾಚೆಗೆ: ಕಲಿಕೆಯ ಭೂದೃಶ್ಯವನ್ನು ವಿಸ್ತರಿಸುವುದು

ಅನೌಪಚಾರಿಕ ಮತ್ತು ಮಿಶ್ರ ಕಲಿಕೆ: ತರಗತಿಯ ಹೊರಗಿನ ಅನುಭವಗಳು ಮತ್ತು ತಂತ್ರಜ್ಞಾನವನ್ನು ಸಂಯೋಜಿಸುವುದು

ಅನೌಪಚಾರಿಕ ಕಲಿಕೆ ಎನ್ನುವುದು ತರಗತಿಯ ಹೊರಗಿನ ಅನುಭವಗಳ ಮೂಲಕ ನಡೆಯುವ ಕಲಿಕೆಯಾಗಿದೆ. ಇದು ಕುಟುಂಬ, ಸ್ನೇಹಿತರು, ಸಾಮಾಜಿಕ ಮಾಧ್ಯಮ ಅಥವಾ ವಯಸ್ಕರ ಜೀವನದ ಮೂಲಕ ನಡೆಯಬಹುದು. ಮಿಶ್ರ ಕಲಿಕೆ ಎನ್ನುವುದು ಅನೌಪಚಾರಿಕ ಮತ್ತು ಅಧಿಕೃತ ಕಲಿಕೆ ವಿಧಾನಗಳನ್ನು ಸಂಯೋಜಿಸುವ ಕಲಿಕೆಯಾಗಿದೆ.

ಅನೌಪಚಾರಿಕ ಮತ್ತು ಮಿಶ್ರ ಕಲಿಕೆ ಎರಡೂ ಕಲಿಯುವವರಿಗೆ ಜ್ಞಾನ, ಕೌಶಲ್ಯ ಮತ್ತು ಮೌಲ್ಯಗಳನ್ನು ಅಭಿವೃದ್ಧಿಪಡಿಸಲು ಸಹಾಯ ಮಾಡುತ್ತದೆ. ಅನೌಪಚಾರಿಕ ಕಲಿಕೆ ಕಲಿಯುವವರಿಗೆ ತಮ್ಮ ಆಸಕ್ತಿಗಳು ಮತ್ತು ಅಗತ್ಯಗಳಿಗೆ ಹೊಂದಿಕೊಳ್ಳಲು ಅನುವು ಮಾಡಿಕೊಡುತ್ತದೆ. ಮಿಶ್ರ ಕಲಿಕೆ ಕಲಿಯುವವರಿಗೆ ತಮ್ಮ ಕಲಿಕೆಯನ್ನು ನಿಯಂತ್ರಿಸಲು ಮತ್ತು ಅವರ ಸ್ವಂತ ಕಲಿಕಾ ಶೈಲಿಗೆ ಹೊಂದಿಕೊಳ್ಳಲು ಅನುವು ಮಾಡಿಕೊಡುತ್ತದೆ.

ತರಗತಿಯ ಹೊರಗಿನ ಅನುಭವಗಳು ಮತ್ತು ತಂತ್ರಜ್ಞಾನವನ್ನು ಸಂಯೋಜಿಸುವುದರಿಂದ ಅನೌಪಚಾರಿಕ ಮತ್ತು ಮಿಶ್ರ ಕಲಿಕೆಯನ್ನು ಹೆಚ್ಚು ಪರಿಣಾಮಕಾರಿಯಾಗಿ ಮಾಡಬಹುದು. ಉದಾಹರಣೆಗೆ, ಶಿಕ್ಷಕರು ತರಗತಿಯ ಹೊರಗಿನ ಅನುಭವಗಳನ್ನು ದಾಖಲಿಸಲು ಮತ್ತು ಹಂಚಿಕೊಳ್ಳಲು ವಿದ್ಯಾರ್ಥಿಗಳಿಗೆ

ತಂತ್ರಜ್ಞಾನವನ್ನು ಬಳಸಲು ಸಹಾಯ ಮಾಡಬಹುದು. ಇದು ವಿದ್ಯಾರ್ಥಿಗಳಿಗೆ ತಮ್ಮ ಕಲಿಕೆಯನ್ನು ಪ್ರತಿಬಿಂಬಿಸಲು ಮತ್ತು ಇತರರೊಂದಿಗೆ ಹಂಚಿಕೊಳ್ಳಲು ಅನುವು ಮಾಡಿಕೊಡುತ್ತದೆ.

ತರಗತಿಯ ಹೊರಗಿನ ಅನುಭವಗಳು ಮತ್ತು ತಂತ್ರಜ್ಞಾನವನ್ನು ಸಂಯೋಜಿಸಲು ಕೆಲವು ವಿಧಾನಗಳು ಇಲ್ಲಿವೆ:

- ವಿದ್ಯಾರ್ಥಿಗಳಿಗೆ ತರಗತಿಯ ಹೊರಗಿನ ಅನುಭವಗಳನ್ನು ದಾಖಲಿಸಲು ಮತ್ತು ಹಂಚಿಕೊಳ್ಳಲು ತಂತ್ರಜ್ಞಾನವನ್ನು ಬಳಸಲು ಸಹಾಯ ಮಾಡಿ.

- ವಿದ್ಯಾರ್ಥಿಗಳಿಗೆ ತರಗತಿಯ ಹೊರಗಿನ ಅನುಭವಗಳಿಗೆ ಸಂಬಂಧಿಸಿದ ವೆಬ್‌ಸೈಟ್‌ಗಳು, ಆನ್‌ಲೈನ್ ಕೋರ್ಸ್‌ಗಳು ಮತ್ತು ಇತರ ಸಂಪನ್ಮೂಲಗಳನ್ನು ಒದಗಿಸಿ.

- ವಿದ್ಯಾರ್ಥಿಗಳಿಗೆ ತರಗತಿಯ ಹೊರಗಿನ ಅನುಭವಗಳಿಗೆ ಸಂಬಂಧಿಸಿದ ಸಾಮಾಜಿಕ ಮಾಧ್ಯಮ ಗುಂಪುಗಳಲ್ಲಿ ಸೇರಲು ಪ್ರೋತ್ಸಾಹಿಸಿ.

ತರಗತಿಯ ಹೊರಗಿನ ಅನುಭವಗಳು ಮತ್ತು ತಂತ್ರಜ್ಞಾನವನ್ನು ಸಂಯೋಜಿಸುವುದರಿಂದ ಅನೌಪಚಾರಿಕ ಮತ್ತು ಮಿಶ್ರ ಕಲಿಕೆಯನ್ನು ಹೆಚ್ಚು ಪರಿಣಾಮಕಾರಿಯಾಗಿ ಮಾಡಬಹುದು. ಇದು ವಿದ್ಯಾರ್ಥಿಗಳಿಗೆ ಜ್ಞಾನ, ಕೌಶಲ್ಯ ಮತ್ತು ಮೌಲ್ಯಗಳನ್ನು ಅಭಿವೃದ್ಧಿಪಡಿಸಲು ಸಹಾಯ ಮಾಡುತ್ತದೆ.

ಪ್ರಾಜೆಕ್ಟ್ ಆಧಾರಿತ ಕಲಿಕೆ: ನೈಜ-ಪ್ರಪಂಚದ ಸಮಸ್ಯೆ-ನಿರ್ಣಯ ಮತ್ತು ಸಹಕಾರವನ್ನು ಉತ್ತೇಜಿಸುವುದು

ಪ್ರಾಜೆಕ್ಟ್ ಆಧಾರಿತ ಕಲಿಕೆ (PBL) ಎನ್ನುವುದು ಒಂದು ವಿಧಾನವಾಗಿದ್ದು, ಇದರಲ್ಲಿ ವಿದ್ಯಾರ್ಥಿಗಳು ನೈಜ-ಪ್ರಪಂಚದ ಸಮಸ್ಯೆಗಳನ್ನು ಪರಿಹರಿಸಲು ಒಟ್ಟಾಗಿ ಕೆಲಸ ಮಾಡುತ್ತಾರೆ. PBL ವಿದ್ಯಾರ್ಥಿಗಳಿಗೆ ಜ್ಞಾನ, ಕೌಶಲ್ಯ ಮತ್ತು ಮೌಲ್ಯಗಳನ್ನು ಅಭಿವೃದ್ಧಿಪಡಿಸಲು ಸಹಾಯ ಮಾಡುತ್ತದೆ, ಅದು ಅವರಿಗೆ ವಿಶ್ವದೊಂದಿಗೆ ಸಂಪರ್ಕ ಸಾಧಿಸಲು ಮತ್ತು ಅದರಲ್ಲಿ ಸಕಾರಾತ್ಮಕ ಬದಲಾವಣೆ ತರಲು ಅನುವು ಮಾಡಿಕೊಡುತ್ತದೆ.

PBL ಯ ಕೆಲವು ಪ್ರಯೋಜನಗಳು ಇಲ್ಲಿವೆ:

- ನೈಜ-ಪ್ರಪಂಚದ ಸಮಸ್ಯೆ-ನಿರ್ಣಯವನ್ನು ಉತ್ತೇಜಿಸುತ್ತದೆ: PBL ವಿದ್ಯಾರ್ಥಿಗಳಿಗೆ ನೈಜ-ಪ್ರಪಂಚದ ಸಮಸ್ಯೆಗಳನ್ನು ಪರಿಹರಿಸಲು ಅಗತ್ಯವಿರುವ ಜ್ಞಾನ, ಕೌಶಲ್ಯ ಮತ್ತು ಮೌಲ್ಯಗಳನ್ನು ಅಭಿವೃದ್ಧಿಪಡಿಸಲು ಸಹಾಯ ಮಾಡುತ್ತದೆ.

- ಸಹಕಾರವನ್ನು ಉತ್ತೇಜಿಸುತ್ತದೆ: PBL ವಿದ್ಯಾರ್ಥಿಗಳನ್ನು ಒಟ್ಟಾಗಿ ಕೆಲಸ ಮಾಡಲು ಮತ್ತು ಪರಸ್ಪರರಿಂದ ಕಲಿಯಲು ಪ್ರೋತ್ಸಾಹಿಸುತ್ತದೆ.

- ಕ್ರಿಯಾತ್ಮಕ ಕಲಿಕೆಗೆ ಪ್ರೋತ್ಸಾಹಿಸುತ್ತದೆ: PBL ವಿದ್ಯಾರ್ಥಿಗಳನ್ನು ತಮ್ಮ ಕಲಿಕೆಗೆ ಹೊಣೆಗಾರರಾಗಿರಲು ಮತ್ತು ತಮ್ಮ ಸ್ವಂತ ಜ್ಞಾನವನ್ನು ರಚಿಸಲು ಪ್ರೋತ್ಸಾಹಿಸುತ್ತದೆ.

PBL ಅನ್ನು ವಿವಿಧ ವಿಷಯಗಳಲ್ಲಿ ಅನ್ವಯಿಸಬಹುದು. ಕೆಲವು ಉದಾಹರಣೆಗಳು ಇಲ್ಲಿವೆ:

- ವಿಜ್ಞಾನ: ವಿದ್ಯಾರ್ಥಿಗಳು ಪರಿಸರ ಮಾಲಿನ್ಯದಂತಹ ಸಮಸ್ಯೆಯನ್ನು ಪರಿಹರಿಸಲು ಒಟ್ಟಿಗೆ ಕೆಲಸ ಮಾಡಬಹುದು.

- ಗಣಿತ: ವಿದ್ಯಾರ್ಥಿಗಳು ಒಂದು ಸಮುದಾಯದ ಅಗತ್ಯಗಳನ್ನು ಪೂರೈಸಲು ಬಳಸಬಹುದಾದ ಹೊಸ ರಸ್ತೆ ಮಾರ್ಗವನ್ನು ರಚಿಸಲು ಒಟ್ಟಿಗೆ ಕೆಲಸ ಮಾಡಬಹುದು.

- ಇತಿಹಾಸ: ವಿದ್ಯಾರ್ಥಿಗಳು ಒಂದು ಐತಿಹಾಸಿಕ ಘಟನೆಯ ಬಗ್ಗೆ ಚಲನಚಿತ್ರವನ್ನು ರಚಿಸಲು ಒಟ್ಟಿಗೆ ಕೆಲಸ ಮಾಡಬಹುದು.

PBL ಯನ್ನು ವಿನ್ಯಾಸಗೊಳಿಸುವಾಗ, ಶಿಕ್ಷಕರು ಈ ಕೆಳಗಿನ ಅಂಶಗಳನ್ನು ಪರಿಗಣಿಸಬೇಕು:

- ಸಮಸ್ಯೆಯು ನೈಜ-ಪ್ರಪಂಚದಿಂದ ಬಂದಿರಬೇಕು ಮತ್ತು ವಿದ್ಯಾರ್ಥಿಗಳಿಗೆ ಪ್ರಸ್ತುತವಾಗಿದೆ.

- ಸಮಸ್ಯೆಯು ವಿದ್ಯಾರ್ಥಿಗಳಿಗೆ ಸವಾಲಿನಿಂದ ಕೂಡಿರಬೇಕು, ಆದರೆ ಅಸಾಧ್ಯವಲ್ಲ.

- ಸಮಸ್ಯೆಯನ್ನು ಪರಿಹರಿಸಲು ವಿದ್ಯಾರ್ಥಿಗಳು ಒಟ್ಟಿಗೆ ಕೆಲಸ ಮಾಡಬೇಕು.

PBL ಒಂದು ಶಕ್ತಿಯುತ ಕಲಿಕೆ ವಿಧಾನವಾಗಿದ್ದು, ಇದು ವಿದ್ಯಾರ್ಥಿಗಳಿಗೆ ನೈಜ-ಪ್ರಪಂಚದ ಸಮಸ್ಯೆಗಳನ್ನು ಪರಿಹರಿಸಲು ಅಗತ್ಯವಿರುವ ಕೌಶಲ್ಯಗಳನ್ನು ಅಭಿವೃದ್ಧಿಪಡಿಸಲು ಸಹಾಯ ಮಾಡುತ್ತದೆ.

ವೈಯಕ್ತಿಕಗೊಳಿಸಿದ ಕಲಿಕೆ: ವೈಯಕ್ತಿಕ ಅಗತ್ಯಗಳಿಗಾಗಿ ಹೊಂದಿಕೊಳ್ಳುವ ಕಲಿಕೆಯ ಮಾರ್ಗಗಳನ್ನು ರಚಿಸುವುದು.

ವೈಯಕ್ತಿಕಗೊಳಿಸಿದ ಕಲಿಕೆ ಎನ್ನುವುದು ವಿದ್ಯಾರ್ಥಿಗಳ ವೈಯಕ್ತಿಕ ಅಗತ್ಯಗಳು ಮತ್ತು ಆಸಕ್ತಿಗಳಿಗೆ ಹೊಂದಿಕೊಳ್ಳುವ ಕಲಿಕೆಯ ಮಾರ್ಗಗಳನ್ನು ರಚಿಸುವ ಪ್ರಕ್ರಿಯೆಯಾಗಿದೆ. ಇದು ವಿದ್ಯಾರ್ಥಿಗಳಿಗೆ ತಮ್ಮ ಸ್ವಂತ ವೇಗದಲ್ಲಿ ಮತ್ತು ತಮ್ಮ ಸ್ವಂತ ಶೈಲಿಯಲ್ಲಿ ಕಲಿಯಲು ಅನುವು ಮಾಡಿಕೊಡುತ್ತದೆ.

ವೈಯಕ್ತಿಕಗೊಳಿಸಿದ ಕಲಿಕೆಗೆ ಹಲವಾರು ಪ್ರಯೋಜನಗಳಿವೆ. ಇದು:

- ವಿದ್ಯಾರ್ಥಿಗಳ ಕಲಿಕೆಯ ಯಶಸ್ಸನ್ನು ಸುಧಾರಿಸುತ್ತದೆ.
- ವಿದ್ಯಾರ್ಥಿಗಳಿಗೆ ತಮ್ಮ ಕಲಿಕೆಯನ್ನು ಹೆಚ್ಚು ನಿಯಂತ್ರಣದಲ್ಲಿರಿಸಲು ಅನುವು ಮಾಡಿಕೊಡುತ್ತದೆ.
- ವಿದ್ಯಾರ್ಥಿಗಳಿಗೆ ತಮ್ಮ ವೈಯಕ್ತಿಕ ಸಾಮರ್ಥ್ಯಗಳನ್ನು ಪೂರ್ಣವಾಗಿ ಅಭಿವೃದ್ಧಿಪಡಿಸಲು ಸಹಾಯ ಮಾಡುತ್ತದೆ.

ವೈಯಕ್ತಿಕಗೊಳಿಸಿದ ಕಲಿಕೆಯನ್ನು ವಿವಿಧ ರೀತಿಯಲ್ಲಿ ಅಳವಡಿಸಬಹುದು. ಕೆಲವು ಉದಾಹರಣೆಗಳು ಇಲ್ಲಿವೆ:

- ವೈಯಕ್ತಿಕ ಕಲಿಕೆ ಯೋಜನೆಗಳು (ILPs): ILPs ಗಳು ವಿದ್ಯಾರ್ಥಿಗಳಿಗೆ ತಮ್ಮ ಕಲಿಕೆಯ ಗುರಿಗಳು ಮತ್ತು ಯೋಜನೆಗಳನ್ನು ರೂಪಿಸಲು ಸಹಾಯ ಮಾಡುವ ಶೈಕ್ಷಣಿಕ ಯೋಜನೆಗಳು.
- ಸಾಮರ್ಥ್ಯ-ಆಧಾರಿತ ಕಲಿಕೆ: ಸಾಮರ್ಥ್ಯ-ಆಧಾರಿತ ಕಲಿಕೆ ವಿದ್ಯಾರ್ಥಿಗಳ ಸಾಮರ್ಥ್ಯಗಳನ್ನು ಅಭಿವೃದ್ಧಿಪಡಿಸಲು ವಿನ್ಯಾಸಗೊಳಿಸಲಾದ ಕಲಿಕೆ ವಿಧಾನವಾಗಿದೆ.

- ಡಿಜಿಟಲ್ ಅಪ್ಲಿಕೇಶನ್‌ಗಳು ಮತ್ತು ತಂತ್ರಜ್ಞಾನ: ಡಿಜಿಟಲ್ ಅಪ್ಲಿಕೇಶನ್‌ಗಳು ಮತ್ತು ತಂತ್ರಜ್ಞಾನವು ವಿದ್ಯಾರ್ಥಿಗಳಿಗೆ ತಮ್ಮ ಕಲಿಕೆಯನ್ನು ವೈಯಕ್ತಿಕಗೊಳಿಸಲು ಹಲವಾರು ಮಾರ್ಗಗಳನ್ನು ನೀಡುತ್ತದೆ.

ವೈಯಕ್ತಿಕಗೊಳಿಸಿದ ಕಲಿಕೆ ಇಂದು ಶಿಕ್ಷಣದಲ್ಲಿ ಒಂದು ಪ್ರಮುಖ ಪ್ರವೃತ್ತಿಯಾಗಿದೆ. ಇದು ವಿದ್ಯಾರ್ಥಿಗಳಿಗೆ ತಮ್ಮ ಶೈಕ್ಷಣಿಕ ಸಾಮರ್ಥ್ಯಗಳನ್ನು ಪೂರ್ಣವಾಗಿ ಅಭಿವೃದ್ಧಿಪಡಿಸಲು ಸಹಾಯ ಮಾಡುವ ಶಕ್ತಿಯುತ ಸಾಧನವಾಗಿದೆ.

ವೈಯಕ್ತಿಕಗೊಳಿಸಿದ ಕಲಿಕೆಯನ್ನು ಶಿಕ್ಷಣದಲ್ಲಿ ಅಳವಡಿಸಲು, ಶಿಕ್ಷಕರು ಮತ್ತು ವಿದ್ಯಾರ್ಥಿಗಳು ಕೆಲವು ವಿಷಯಗಳನ್ನು ಗಮನದಲ್ಲಿಟ್ಟುಕೊಳ್ಳಬೇಕು:

- ವಿದ್ಯಾರ್ಥಿಗಳ ವೈಯಕ್ತಿಕ ಅಗತ್ಯಗಳು ಮತ್ತು ಆಸಕ್ತಿಗಳನ್ನು ಅರ್ಥಮಾಡಿಕೊಳ್ಳುವುದು.

- ವಿದ್ಯಾರ್ಥಿಗಳಿಗೆ ತಮ್ಮ ಕಲಿಕೆಯನ್ನು ಹೆಚ್ಚು ನಿಯಂತ್ರಣದಲ್ಲಿರಿಸಲು ಅನುವು ಮಾಡಿಕೊಡುವ ಒಂದು ವ್ಯವಸ್ಥೆಯನ್ನು ರಚಿಸುವುದು.

- ವಿದ್ಯಾರ್ಥಿಗಳ ಕಲಿಕೆಯನ್ನು ಪರೀಕ್ಷಿಸಲು ಮತ್ತು ಮೌಲ್ಯಮಾಪನ ಮಾಡಲು ಹೊಸ ಮಾರ್ಗಗಳನ್ನು ಕಂಡುಹಿಡಿಯುವುದು.

ಬಾಹ್ಯಾಕಾಶ ಶಿಕ್ಷಣ: ವೈವಿಧ್ಯಮಯ ಮತ್ತು ಪರಸ್ಪರ ಸಂಬಂಧಿತ ಜಗತ್ತಿಗೆ ಕಲಿಯುವವರನ್ನು ಸಿದ್ಧಪಡಿಸುವುದು

ಬಾಹ್ಯಾಕಾಶ ಶಿಕ್ಷಣ ಎನ್ನುವುದು ವೈವಿಧ್ಯಮಯ ಮತ್ತು ಪರಸ್ಪರ ಸಂಬಂಧಿತ ಜಗತ್ತಿಗೆ ಕಲಿಯುವವರನ್ನು ಸಿದ್ಧಪಡಿಸಲು ವಿನ್ಯಾಸಗೊಳಿಸಲಾದ ಶಿಕ್ಷಣದ ಒಂದು ಮಾರ್ಗವಾಗಿದೆ. ಇದು ವಿದ್ಯಾರ್ಥಿಗಳಿಗೆ ವಿವಿಧ ಸಂಸ್ಕೃತಿಗಳು ಮತ್ತು ದೃಷ್ಟಿಕೋನಗಳ ಬಗ್ಗೆ ತಿಳಿಸಲು ಮತ್ತು ಅವರು ವಿಶ್ವದೊಂದಿಗೆ ಸಂವಹನ ನಡೆಸಲು ಮತ್ತು ಅದರಲ್ಲಿ ಸಕಾರಾತ್ಮಕ ಬದಲಾವಣೆ ತರಲು ಅಗತ್ಯವಿರುವ ಕೌಶಲ್ಯಗಳನ್ನು ಅಭಿವೃದ್ಧಿಪಡಿಸಲು ಸಹಾಯ ಮಾಡುತ್ತದೆ.

ಬಾಹ್ಯಾಕಾಶ ಶಿಕ್ಷಣಕ್ಕೆ ಹಲವಾರು ಪ್ರಯೋಜನಗಳಿವೆ. ಇದು:

- ವಿದ್ಯಾರ್ಥಿಗಳಿಗೆ ವಿಶ್ವದ ಬಗ್ಗೆ ಹೆಚ್ಚು ಅರ್ಥಮಾಡಿಕೊಳ್ಳಲು ಸಹಾಯ ಮಾಡುತ್ತದೆ.

- ವಿದ್ಯಾರ್ಥಿಗಳಿಗೆ ವಿವಿಧ ಸಂಸ್ಕೃತಿಗಳೊಂದಿಗೆ ಸಂವಹನ ನಡೆಸಲು ಮತ್ತು ಅದರಲ್ಲಿ ಸಕಾರಾತ್ಮಕ ಬದಲಾವಣೆ ತರಲು ಅಗತ್ಯವಿರುವ ಕೌಶಲ್ಯಗಳನ್ನು ಅಭಿವೃದ್ಧಿಪಡಿಸಲು ಸಹಾಯ ಮಾಡುತ್ತದೆ.

- ವಿದ್ಯಾರ್ಥಿಗಳಲ್ಲಿ ಸಹಿಷ್ಣುತೆ, ಸಹಭಾಗಿತ್ವ ಮತ್ತು ಸಮನ್ವಯದಂತಹ ಮೌಲ್ಯಗಳನ್ನು ಬೆಳೆಸಲು ಸಹಾಯ ಮಾಡುತ್ತದೆ.

ಬಾಹ್ಯಾಕಾಶ ಶಿಕ್ಷಣವನ್ನು ವಿವಿಧ ರೀತಿಯಲ್ಲಿ ಅಳವಡಿಸಬಹುದು. ಕೆಲವು ಉದಾಹರಣೆಗಳು ಇಲ್ಲಿವೆ:

- ಸಾಂಪ್ರದಾಯಿಕ ಶಾಲಾ ಪಠ್ಯಕ್ರಮದಲ್ಲಿ ವಿಶ್ವ ಶಿಕ್ಷಣದ ಅಂಶಗಳನ್ನು ಸೇರಿಸುವುದು.

- ವಿಶ್ವ ಶಿಕ್ಷಣ ಕೇಂದ್ರಗಳು ಅಥವಾ ಕಾರ್ಯಕ್ರಮಗಳನ್ನು ಸ್ಥಾಪಿಸುವುದು.

- ವಿದ್ಯಾರ್ಥಿಗಳಿಗೆ ವಿದೇಶಕ್ಕೆ ಪ್ರಯಾಣಿಸಲು ಅವಕಾಶಗಳನ್ನು ಒದಗಿಸುವುದು.

ಬಾಹ್ಯಕಾಶ ಶಿಕ್ಷಣ ಇಂದು ಶಿಕ್ಷಣದಲ್ಲಿ ಒಂದು ಪ್ರಮುಖ ಪ್ರವೃತ್ತಿಯಾಗಿದೆ. ಇದು ವಿದ್ಯಾರ್ಥಿಗಳಿಗೆ ವೈವಿಧ್ಯಮಯ ಮತ್ತು ಪರಸ್ಪರ ಸಂಬಂಧಿತ ಜಗತ್ತಿಗೆ ಸವಾಲಿನ ವಿಶ್ವದಲ್ಲಿ ಯಶಸ್ವಿಯಾಗಲು ಸಹಾಯ ಮಾಡುವ ಶಕ್ತಿಯುತ ಸಾಧನವಾಗಿದೆ.

ಬಾಹ್ಯಕಾಶ ಶಿಕ್ಷಣವನ್ನು ಶಿಕ್ಷಣದಲ್ಲಿ ಅಳವಡಿಸಲು, ಶಿಕ್ಷಕರು ಮತ್ತು ವಿದ್ಯಾರ್ಥಿಗಳು ಕೆಲವು ವಿಷಯಗಳನ್ನು ಗಮನದಲ್ಲಿಟ್ಟುಕೊಳ್ಳಬೇಕು:

- ವಿಶ್ವ ಶಿಕ್ಷಣದ ಮಹತ್ವವನ್ನು ಅರ್ಥಮಾಡಿಕೊಳ್ಳುವುದು.

- ವಿಶ್ವ ಶಿಕ್ಷಣವನ್ನು ಶಾಲಾ ಪಠ್ಯಕ್ರಮಕ್ಕೆ ಸಮಗ್ರವಾಗಿ ಸೇರಿಸುವುದು.

- ವಿಶ್ವ ಶಿಕ್ಷಣವನ್ನು ಶಿಕ್ಷಕರಿಗೆ ಮತ್ತು ವಿದ್ಯಾರ್ಥಿಗಳಿಗೆ ಉತ್ತೇಜಿಸುವುದು.

ಬಾಹ್ಯಕಾಶ ಶಿಕ್ಷಣ ವಿದ್ಯಾರ್ಥಿಗಳಿಗೆ ಶಿಕ್ಷಣದಿಂದ ಹೆಚ್ಚು ಪಡೆಯಲು ಮತ್ತು ವೈವಿಧ್ಯಮಯ ಮತ್ತು ಪರಸ್ಪರ ಸಂಬಂಧಿತ ಜಗತ್ತಿನಲ್ಲಿ ಯಶಸ್ವಿಯಾಗಲು ಸಹಾಯ ಮಾಡುತ್ತದೆ.

Chapter 7: The Future of the Blueprint: Emerging Trends and Innovations

ಅಧ್ಯಾಯ 7: ಚಿತ್ರದ ಭವಿಷ್ಯ: ಹೊರಹೊಮ್ಮುತ್ತಿರುವ ಪ್ರವೃತ್ತಿಗಳು ಮತ್ತು ನವೀನತೆಗಳು

ತಂತ್ರಜ್ಞಾನದ ಪ್ರವೃತ್ತಿಗಳು: ಕೃತಕ ಬುದ್ಧಿಮತ್ತೆ, ಆಟೀಕರಣ ಮತ್ತು ಶಿಕ್ಷಣದಲ್ಲಿ ವರ್ಚುವಲ್ ರಿಯಾಲಿಟಿ

ತಂತ್ರಜ್ಞಾನದ ಪ್ರಗತಿಯು ಶಿಕ್ಷಣದ ಮೇಲೆ ಗಮನಾರ್ಹ ಪರಿಣಾಮ ಬೀರುತ್ತಿದೆ. ಕೃತಕ ಬುದ್ಧಿಮತ್ತೆ (AI), ಆಟೀಕರಣ ಮತ್ತು ವರ್ಚುವಲ್ ರಿಯಾಲಿಟಿ (VR) ಸೇರಿದಂತೆ ಹಲವಾರು ತಂತ್ರಜ್ಞಾನಗಳು ಶಿಕ್ಷಣವನ್ನು ಹೇಗೆ ನೀಡಲಾಗುತ್ತದೆ ಮತ್ತು ಕಲಿಯುವವರಿಗೆ ಹೇಗೆ ನೆರವು ನೀಡಲಾಗುತ್ತದೆ ಎಂಬುದನ್ನು ಬದಲಾಯಿಸುತ್ತಿವೆ.

ಕೃತಕ ಬುದ್ಧಿಮತ್ತೆ

AI ಯು ಶಿಕ್ಷಣದಲ್ಲಿ ಹಲವಾರು ರೀತಿಯಲ್ಲಿ ಬಳಸಲ್ಪಡುತ್ತಿದೆ. ಉದಾಹರಣೆಗೆ, AI ಯನ್ನು ಸ್ವಯಂಚಾಲಿತವಾಗಿ ಪಠ್ಯವನ್ನು ರಚಿಸಲು, ಪ್ರಶ್ನೆಗಳನ್ನು ರಚಿಸಲು ಮತ್ತು ವಿದ್ಯಾರ್ಥಿಗಳ ಕಲಿಕೆಯನ್ನು ವೈಯಕ್ತಿಕಗೊಳಿಸಲು ಬಳಸಬಹುದು. AI ಯನ್ನು ಶಿಕ್ಷಣದ ಗುಣಮಟ್ಟವನ್ನು ಸುಧಾರಿಸಲು ಮತ್ತು ವಿದ್ಯಾರ್ಥಿಗಳಿಗೆ ಹೆಚ್ಚು ಸಮಗ್ರ ಮತ್ತು ಪರಿಣಾಮಕಾರಿ ಕಲಿಕೆ ಅನುಭವವನ್ನು ಒದಗಿಸಲು ಬಳಸಬಹುದು.

ಆಟೀಕರಣ

ಆಟೀಕರಣವು ಶಿಕ್ಷಣವನ್ನು ಹೆಚ್ಚು ಮನರಂಜನೆಯ ಮತ್ತು ಭಾಗವಹಿಸುವಿಕೆಯನ್ನುಂಟುಮಾಡಲು ಕಲಿಕೆಯ ಪ್ರಕ್ರಿಯೆಯನ್ನು ಆಟಗಳೊಂದಿಗೆ ಸಂಯೋಜಿಸುವ ಪ್ರಕ್ರಿಯೆವಾಗಿದೆ. ಆಟೀಕರಣವನ್ನು ವಿದ್ಯಾರ್ಥಿಗಳ ಉತ್ಸಾಹವನ್ನು ಹೆಚ್ಚಿಸಲು ಮತ್ತು ಕಲಿಕೆಯನ್ನು ಹೆಚ್ಚು ಸ್ಮರಣೀಯವಾಗಿಸಲು ಬಳಸಬಹುದು.

ವರ್ಚುವಲ್ ರಿಯಾಲಿಟಿ

VR ಯು ವಿದ್ಯಾರ್ಥಿಗಳನ್ನು ವಾಸ್ತವಿಕವಲ್ಲದ ವಾತಾವರಣದಲ್ಲಿ ತೊಡಗಿಸಿಕೊಳ್ಳಲು ಅನುವು ಮಾಡಿಕೊಡುವ ತಂತ್ರಜ್ಞಾನವಾಗಿದೆ. VR ಯನ್ನು ವಿದ್ಯಾರ್ಥಿಗಳಿಗೆ ವಿವಿಧ ಸಂಸ್ಕೃತಿಗಳನ್ನು ಅನುಭವಿಸಲು, ವಿಜ್ಞಾನದ ತತ್ವಗಳನ್ನು ಅನ್ವೇಷಿಸಲು ಮತ್ತು ಭೌತಿಕ ಸಾಮರ್ಥ್ಯಗಳನ್ನು ಅಭಿವೃದ್ಧಿಪಡಿಸಲು ಬಳಸಬಹುದು.

ತಂತ್ರಜ್ಞಾನದ ಪ್ರವೃತ್ತಿಗಳು ಶಿಕ್ಷಣದ ಮೇಲೆ ಹೇಗೆ ಪರಿಣಾಮ ಬೀರುತ್ತವೆ

ಕೃತಕ ಬುದ್ಧಿಮತ್ತೆ, ಆಟೀಕರಣ ಮತ್ತು VR ಸೇರಿದಂತೆ ತಂತ್ರಜ್ಞಾನದ ಪ್ರವೃತ್ತಿಗಳು ಶಿಕ್ಷಣದ ಮೇಲೆ ಹಲವಾರು ರೀತಿಯಲ್ಲಿ ಪರಿಣಾಮ ಬೀರುತ್ತಿವೆ.

- ಶಿಕ್ಷಣವನ್ನು ಹೆಚ್ಚು ಪರಿಣಾಮಕಾರಿಯಾಗಿ ಮಾಡಲು ಸಹಾಯ ಮಾಡುತ್ತವೆ. ಉದಾಹರಣೆಗೆ, AI ಯು ಸ್ವಯಂಚಾಲಿತವಾಗಿ ಪಠ್ಯವನ್ನು ರಚಿಸಲು, ಪ್ರಶ್ನೆಗಳನ್ನು ರಚಿಸಲು ಮತ್ತು ವಿದ್ಯಾರ್ಥಿಗಳ ಕಲಿಕೆಯನ್ನು ವೈಯಕ್ತಿಕಗೊಳಿಸಲು ಬಳಸಬಹುದು. ಇದು ಶಿಕ್ಷಕರಿಗೆ ಹೆಚ್ಚು ಸಮಯವನ್ನು ತಮ್ಮ ವಿದ್ಯಾರ್ಥಿಗಳೊಂದಿಗೆ ಗುಣಮಟ್ಟದ ಸಮಯ

ಕೆಲಸದ ಭವಿಷ್ಯ: ಬದಲಾಗುತ್ತಿರುವ ಜಗತ್ತಿನಲ್ಲಿ ಕೌಶಲ್ಯಗಳು ಮತ್ತು ಹೊಂದಿಕೊಳ್ಳುವಿಕೆಗಾಗಿ ಕಲಿಯುವವರನ್ನು ಸಿದ್ಧಪಡಿಸುವುದು

ಜಗತ್ತು ವೇಗವಾಗಿ ಬದಲಾಗುತ್ತಿದೆ. ತಂತ್ರಜ್ಞಾನದ ಪ್ರಗತಿಯು ಉದ್ಯೋಗ ಮಾರುಕಟ್ಟೆಯನ್ನು ರೂಪಿಸುತ್ತಿದೆ ಮತ್ತು ಕಾರ್ಯಗಳಲ್ಲಿನ ಬದಲಾವಣೆಗೆ ಕಾರಣವಾಗುತ್ತಿದೆ. ಇದರರ್ಥ ಕೆಲಸಗಾರರು ಹೊಸ ಕೌಶಲ್ಯಗಳನ್ನು ಕಲಿಯಲು ಮತ್ತು ಬದಲಾಗುತ್ತಿರುವ ಅಗತ್ಯಗಳಿಗೆ ಹೊಂದಿಕೊಳ್ಳಲು ಸಿದ್ಧರಾಗಿರಬೇಕು.

ಬದಲಾಗುತ್ತಿರುವ ಜಗತ್ತಿನಲ್ಲಿ ಕೆಲಸಗಾರರಿಗೆ ಬೇಕಾದ ಕೌಶಲ್ಯಗಳು

ಬದಲಾಗುತ್ತಿರುವ ಜಗತ್ತಿನಲ್ಲಿ ಕೆಲಸಗಾರರಿಗೆ ಬೇಕಾದ ಕೌಶಲ್ಯಗಳು ಹಲವಾರು. ಈ ಕೌಶಲ್ಯಗಳು ಸೇರಿವೆ:

- ತಂತ್ರಜ್ಞಾನದ ಬಗ್ಗೆ ತಿಳುವಳಿಕೆ ಮತ್ತು ಅದರ ಬಳಕೆಯಲ್ಲಿ ನಿಪುಣತೆ.

- ಸಮಸ್ಯೆ ಪರಿಹರಿಸುವ ಮತ್ತು ವಿಮರ್ಶಾತ್ಮಕವಾಗಿ ಯೋಚಿಸುವ ಸಾಮರ್ಥ್ಯ.

- ಸಹಯೋಗ ಮತ್ತು ತಂಡವಾಗಿ ಕೆಲಸ ಮಾಡುವ ಸಾಮರ್ಥ್ಯ.

- ಸೃಜನಶೀಲತೆ ಮತ್ತು ನವೀನತೆ.

- ಸಾಮಾಜಿಕ ಮತ್ತು ವೈಯಕ್ತಿಕ ಕೌಶಲ್ಯಗಳು.

ಕಲಿಯುವವರಿಗೆ ಕೌಶಲ್ಯಗಳನ್ನು ಹೇಗೆ ಕಲಿಸುವುದು

ಕಲಿಯುವವರಿಗೆ ಈ ಕೌಶಲ್ಯಗಳನ್ನು ಕಲಿಸಲು ಶಿಕ್ಷಣವು ಹೊಸ ವಿಧಾನಗಳನ್ನು ಅಳವಡಿಸಿಕೊಳ್ಳಬೇಕು. ಈ ವಿಧಾನಗಳು ಸೇರಿವೆ:

- ಕ್ರಿಯಾತ್ಮಕ ಕಲಿಕೆ ಮತ್ತು ಅನ್ವಯಿಕ ಕಲಿಕೆಯನ್ನು ಒಳಗೊಂಡಿರುವ ಪಠ್ಯಕ್ರಮಗಳು.

- ಸಂಶೋಧನೆ ಮತ್ತು ಸೃಜನಶೀಲತೆಯನ್ನು ಪ್ರೋತ್ಸಾಹಿಸುವ ಶೈಕ್ಷಣಿಕ ವಾತಾವರಣ.

- ವಿದ್ಯಾರ್ಥಿಗಳಿಗೆ ತಮ್ಮ ಕಲಿಕೆಗೆ ಹೊಣೆಗಾರರಾಗಲು ಅನುವು ಮಾಡಿಕೊಡುವ ಅವಕಾಶಗಳು.

ಕಲಿಯುವವರಿಗೆ ಹೊಂದಿಕೊಳ್ಳುವಿಕೆಯನ್ನು ಹೇಗೆ ಕಲಿಸುವುದು

ಕಲಿಯುವವರಿಗೆ ಹೊಂದಿಕೊಳ್ಳುವಿಕೆಯನ್ನು ಕಲಿಸಲು ಶಿಕ್ಷಣವು ಹಲವಾರು ವಿಷಯಗಳನ್ನು ಮಾಡಬಹುದು. ಈ ವಿಷಯಗಳು ಸೇರಿವೆ:

- ವಿದ್ಯಾರ್ಥಿಗಳಿಗೆ ವಿವಿಧ ರೀತಿಯ ಕಲಿಕೆಯನ್ನು ಅನುಭವಿಸಲು ಅವಕಾಶ ನೀಡುವುದು.

- ವಿದ್ಯಾರ್ಥಿಗಳಿಗೆ ಹೊಸ ವಿಷಯಗಳನ್ನು ಕಲಿಯಲು ಮತ್ತು ಅವುಗಳನ್ನು ಅನ್ವಯಿಸಲು ಸವಾಲುಗಳನ್ನು ನೀಡುವುದು.

- ವಿದ್ಯಾರ್ಥಿಗಳಿಗೆ ತಮ್ಮ ತಪ್ಪುಗಳಿಂದ ಕಲಿಯಲು ಮತ್ತು ಅವುಗಳನ್ನು ಸರಿಪಡಿಸಲು ಅವಕಾಶ ನೀಡುವುದು.

ಸಾರಾಂಶ

ಕೆಲಸದ ಭವಿಷ್ಯ ಬದಲಾಗುತ್ತಿದೆ ಮತ್ತು ಕೆಲಸಗಾರರು ಹೊಸ ಕೌಶಲ್ಯಗಳನ್ನು ಕಲಿಯಲು ಮತ್ತು ಬದಲಾಗುತ್ತಿರುವ ಅಗತ್ಯಗಳಿಗೆ ಹೊಂದಿಕೊಳ್ಳಲು ಸಿದ್ಧರಾಗಿರಬೇಕು. ಶಿಕ್ಷಣವು ಈ

ಕೌಶಲ್ಯಗಳನ್ನು ಕಲಿಸಲು ಮತ್ತು ಹೊಂದಿಕೊಳ್ಳುವಿಕೆಯನ್ನು ಬೆಂಬಲಿಸಲು ಹೊಸ ವಿಧಾನಗಳನ್ನು ಅಳವಡಿಸಿಕೊಳ್ಳಬೇಕು.

ವೈಯಕ್ತಿಕಗೊಳಿಸಿದ ಕಲಿಕೆ ವೇದಿಕೆಗಳು: ವೈಯಕ್ತಿಕಗೊಳಿಸಿದ ಕಲಿಕೆ ಪ್ರಯಾಣಗಳಿಗಾಗಿ AI-ಸಂಚಾಲಿತ ವ್ಯವಸ್ಥೆಗಳು

ವೈಯಕ್ತಿಕಗೊಳಿಸಿದ ಕಲಿಕೆ ವೇದಿಕೆಗಳು (PLNs) ಎನ್ನುವುದು ಕಲಿಯುವವರ ವೈಯಕ್ತಿಕ ಅಗತ್ಯಗಳು ಮತ್ತು ಆಸಕ್ತಿಗಳನ್ನು ಪರಿಗಣಿಸಿ ಕಲಿಕೆಯನ್ನು ವೈಯಕ್ತಿಕಗೊಳಿಸಲು AI ಅನ್ನು ಬಳಸುವ ಶೈಕ್ಷಣಿಕ ವ್ಯವಸ್ಥೆಗಳಾಗಿವೆ. ಅವು ವಿದ್ಯಾರ್ಥಿಗಳ ಪ್ರಗತಿ ಅಥವಾ ಕಲಿಕೆ ಅಭ್ಯಾಸಗಳನ್ನು ಟ್ರ್ಯಾಕ್ ಮಾಡಲು ಕೃತಕ ಬುದ್ಧಿಮತ್ತೆಯನ್ನು ಬಳಸುತ್ತವೆ ಮತ್ತು ನಂತರ ಆ ಮಾಹಿತಿಯನ್ನು ಕಲಿಕೆಯನ್ನು ಹೆಚ್ಚು ಪರಿಣಾಮಕಾರಿಯಾಗಿ ಮತ್ತು ಪಡೆಯುವಂತೆ ಮಾಡಲು ಬಳಸುತ್ತವೆ.

PLNಗಳು ಶಿಕ್ಷಣದ ಭವಿಷ್ಯದ ಒಂದು ಪ್ರಮುಖ ಭಾಗ ಎಂದು ಪರಿಗಣಿಸಲಾಗಿದೆ. ಅವು ವಿದ್ಯಾರ್ಥಿಗಳಿಗೆ ತಮ್ಮ ಸ್ವಂತ ವೇಗದಲ್ಲಿ ಮತ್ತು ತಮ್ಮದೇ ಆದ ಶೈಲಿಯಲ್ಲಿ ಕಲಿಯಲು ಅನುವು ಮಾಡಿಕೊಡುತ್ತವೆ. ಅವು ವಿದ್ಯಾರ್ಥಿಗಳಿಗೆ ತಮ್ಮ ಕಲಿಕೆಗೆ ಹೊಣೆಗಾರರಾಗಲು ಸಹಾಯ ಮಾಡುತ್ತವೆ.

PLNಗಳ ಕೆಲವು ಪ್ರಯೋಜನಗಳು ಇಲ್ಲಿವೆ:

- ಸಮರ್ಥತೆ: PLNಗಳು ಪ್ರತಿ ವಿದ್ಯಾರ್ಥಿಯ ವೈಯಕ್ತಿಕ ಅಗತ್ಯಗಳಿಗೆ ಸರಿಹೊಂದುವ ರೀತಿಯಲ್ಲಿ ಕಲಿಕೆಯನ್ನು ವೈಯಕ್ತಿಕಗೊಳಿಸುತ್ತವೆ. ಇದು ವಿದ್ಯಾರ್ಥಿಗಳ ಕಲಿಕೆ ಮತ್ತು ಬೆಳವಣಿಗೆಯನ್ನು ಸುಧಾರಿಸಲು ಸಹಾಯ ಮಾಡುತ್ತದೆ.

- ಪ್ರಗತಿ: PLNಗಳು ವಿದ್ಯಾರ್ಥಿಗಳ ಪ್ರಗತಿಯನ್ನು ಟ್ರ್ಯಾಕ್ ಮಾಡಲು AI ಅನ್ನು ಬಳಸುತ್ತವೆ. ಇದು ಶಿಕ್ಷಕರು ಮತ್ತು ವಿದ್ಯಾರ್ಥಿಗಳಿಗೆ ಕಲಿಕೆಯಲ್ಲಿ ಯಾವ ಕ್ಷೇತ್ರಗಳಲ್ಲಿ ಸುಧಾರಣೆ ಅಗತ್ಯವಿದೆ ಎಂಬುದನ್ನು ಗುರುತಿಸಲು ಸಹಾಯ ಮಾಡುತ್ತದೆ.

- ಪ್ರೇರಣೆ: PLNಗಳು ವಿದ್ಯಾರ್ಥಿಗಳಿಗೆ ತಮ್ಮ ಕಲಿಕೆಗೆ ಹೊಣೆಗಾರರಾಗಲು ಸಹಾಯ ಮಾಡುತ್ತವೆ. ಇದು ವಿದ್ಯಾರ್ಥಿಗಳನ್ನು ಕಲಿಯಲು ಮತ್ತು ತಮ್ಮ ಗುರಿಗಳನ್ನು ಸಾಧಿಸಲು ಪ್ರೇರೇಪಿಸಲು ಸಹಾಯ ಮಾಡುತ್ತದೆ.

PLNಗಳ ಕೆಲವು ಅನಾನುಕೂಲಗಳು ಇಲ್ಲಿವೆ:

- ಖರ್ಚು: PLNಗಳು ಅಭಿವೃದ್ಧಿಪಡಿಸಲು ಮತ್ತು ನಿರ್ವಹಿಸಲು ದುಬಾರಿಯಾಗಬಹುದು.

- ಅನುಸರಣೆ: PLNಗಳು ವಿವಿಧ ಪಠ್ಯಕ್ರಮಗಳು ಮತ್ತು ಶೈಕ್ಷಣಿಕ ಸಂದರ್ಭಗಳಿಗೆ ಹೊಂದಿಕೊಳ್ಳಬೇಕಾಗುತ್ತದೆ.

- ಸುರಕ್ಷತೆ: PLNಗಳಲ್ಲಿ ಶಿಕ್ಷಕರು ಮತ್ತು ವಿದ್ಯಾರ್ಥಿಗಳ ವೈಯಕ್ತಿಕ ಮಾಹಿತಿಯನ್ನು ಸಂಗ್ರಹಿಸಬಹುದು, ಆದ್ದರಿಂದ ಸುರಕ್ಷತೆಯ ಬಗ್ಗೆ ಕಾಳಜಿ ವಹಿಸುವುದು ಮುಖ್ಯವಾಗಿದೆ.

PLNಗಳು ಇನ್ನೂ ಅಭಿವೃದ್ಧಿಯ ಹಂತದಲ್ಲಿವೆ, ಆದರೆ ಅವು ಶಿಕ್ಷಣದ ಭವಿಷ್ಯದಲ್ಲಿ ಪ್ರಮುಖ ಪಾತ್ರ ವಹಿಸುವ ಸಾಮರ್ಥ್ಯವನ್ನು ಹೊಂದಿವೆ. ಅವು ವಿದ್ಯಾರ್ಥಿಗಳಿಗೆ ತಮ್ಮ ಸ್ವಂತ ವೇಗದಲ್ಲಿ ಮತ್ತು ತಮ್ಮದೇ ಆದ ಶೈಲಿಯಲ್ಲಿ ಕಲಿಯಲು ಅನುವು ಮಾಡಿಕೊಡುವ ಮೂಲಕ ಸುಧಾರಿತ ಕಲಿಕೆ ಮತ್ತು ಬೆಳವಣಿಗೆಯನ್ನು ಸಾಧಿಸಲು ಸಹ

ನೈತಿಕ ಪರಿಗಣನೆಗಳು: ಗೌಪ್ಯತೆ, ಡೇಟಾ ಸುರಕ್ಷತೆ ಮತ್ತು ವಿನ್ಯಾಸ ಮತ್ತು ಅನುಷ್ಠಾನದಲ್ಲಿ ಸಮಾನತೆ.

ಶಿಕ್ಷಣದಲ್ಲಿ ತಂತ್ರಜ್ಞಾನದ ಬಳಕೆಯು ಹೆಚ್ಚುತ್ತಿರುವಂತೆ, ನೈತಿಕ ಪರಿಗಣನೆಗಳು ಮುಖ್ಯವಾಗಿವೆ. ಗೌಪ್ಯತೆ, ಡೇಟಾ ಸುರಕ್ಷತೆ ಮತ್ತು ವಿನ್ಯಾಸ ಮತ್ತು ಅನುಷ್ಠಾನದಲ್ಲಿ ಸಮಾನತೆ ಎಂಬ ಮೂರು ಪ್ರಮುಖ ನೈತಿಕ ವಿಷಯಗಳ ಬಗ್ಗೆ ಚಿಂತಿಸುವುದು ಮುಖ್ಯವಾಗಿದೆ.

ಗೌಪ್ಯತೆ

ಶಿಕ್ಷಣದಲ್ಲಿ ತಂತ್ರಜ್ಞಾನದ ಬಳಕೆಯು ವಿದ್ಯಾರ್ಥಿಗಳ ವೈಯಕ್ತಿಕ ಮಾಹಿತಿಯನ್ನು ಸಂಗ್ರಹಿಸುತ್ತದೆ. ಈ ಮಾಹಿತಿಯನ್ನು ಗೌಪ್ಯವಾಗಿಡುವುದು ಮುಖ್ಯವಾಗಿದೆ. ವಿದ್ಯಾರ್ಥಿಗಳು ತಮ್ಮ ಗೌಪ್ಯತೆಯ ಬಗ್ಗೆ ತಿಳಿದಿರಬೇಕು ಮತ್ತು ಅವರ ಮಾಹಿತಿಯನ್ನು ಹೇಗೆ ಬಳಸಲಾಗುತ್ತದೆ ಎಂಬುದರ ಬಗ್ಗೆ ನಿಯಂತ್ರಣವನ್ನು ಹೊಂದಿರಬೇಕು.

ಡೇಟಾ ಸುರಕ್ಷತೆ

ಶಿಕ್ಷಣದಲ್ಲಿ ತಂತ್ರಜ್ಞಾನದ ಬಳಕೆಯು ವಿದ್ಯಾರ್ಥಿಗಳ ವೈಯಕ್ತಿಕ ಮಾಹಿತಿಯನ್ನು ಅಪಾಯಕ್ಕೆ ಒಡ್ಡಬಹುದು. ಈ ಮಾಹಿತಿಯನ್ನು ಸುರಕ್ಷಿತವಾಗಿಡಲು ಶಾಲೆಗಳು ಮತ್ತು ಇತರ ಶೈಕ್ಷಣಿಕ ಸಂಸ್ಥೆಗಳು ಕ್ರಮಗಳನ್ನು ತೆಗೆದುಕೊಳ್ಳಬೇಕು. ಈ ಕ್ರಮಗಳು ಸೇರಿವೆ:

- ಸುಧಾರಿತ ಭದ್ರತಾ ವ್ಯವಸ್ಥೆಗಳನ್ನು ಅಳವಡಿಸುವುದು.
- ಡೇಟಾವನ್ನು ಸುರಕ್ಷಿತವಾಗಿ ಸಂಗ್ರಹಿಸುವುದು ಮತ್ತು ಪ್ರಕ್ರಿಯೆಗೊಳಿಸುವುದು.

- ಡೇಟಾವನ್ನು ಪ್ರವೇಶಿಸಲು ಮತ್ತು ಬಳಸಲು ಯಾರು ಅರ್ಹರಾಗಿದ್ದಾರೆ ಎಂಬುದನ್ನು ನಿಯಂತ್ರಿಸುವುದು.

ವಿನ್ಯಾಸ ಮತ್ತು ಅನುಷ್ಠಾನದಲ್ಲಿ ಸಮಾನತೆ

ಶಿಕ್ಷಣದಲ್ಲಿ ತಂತ್ರಜ್ಞಾನದ ಬಳಕೆಯು ಎಲ್ಲಾ ವಿದ್ಯಾರ್ಥಿಗಳಿಗೆ ಸಮಾನವಾಗಿ ಪ್ರಯೋಜನವನ್ನು ನೀಡಬೇಕು. ಎಲ್ಲಾ ವಿದ್ಯಾರ್ಥಿಗಳಿಗೆ ತಂತ್ರಜ್ಞಾನವನ್ನು ಬಳಸಲು ಅಗತ್ಯವಾದ ಸಾಧನಗಳು ಮತ್ತು ಸಾಮರ್ಥ್ಯಗಳು ಲಭ್ಯವಿರಬೇಕು.

ಸಾರಾಂಶ

ಶಿಕ್ಷಣದಲ್ಲಿ ತಂತ್ರಜ್ಞಾನದ ಬಳಕೆಯು ಅನೇಕ ಪ್ರಯೋಜನಗಳನ್ನು ನೀಡುತ್ತದೆ. ಆದಾಗ್ಯೂ, ನೈತಿಕ ಪರಿಗಣನೆಗಳನ್ನು ಗಣನೆಗೆ ತೆಗೆದುಕೊಳ್ಳುವುದು ಮುಖ್ಯವಾಗಿದೆ. ಗೌಪ್ಯತೆ, ಡೇಟಾ ಸುರಕ್ಷತೆ ಮತ್ತು ವಿನ್ಯಾಸ ಮತ್ತು ಅನುಷ್ಠಾನದಲ್ಲಿ ಸಮಾನತೆ ಎಂಬ ಮೂರು ಪ್ರಮುಖ ನೈತಿಕ ವಿಷಯಗಳ ಬಗ್ಗೆ ಚಿಂತಿಸುವುದು ಮುಖ್ಯವಾಗಿದೆ.

ಗೌಪ್ಯತೆಗೆ ಸಂಬಂಧಿಸಿದ ಕೆಲವು ನಿರ್ದಿಷ್ಟ ಉದಾಹರಣೆಗಳು ಇಲ್ಲಿವೆ:

- ಶಾಲೆಗಳು ವಿದ್ಯಾರ್ಥಿಗಳ ವೈಯಕ್ತಿಕ ಮಾಹಿತಿಯನ್ನು ಸಂಗ್ರಹಿಸುವಾಗ ಅವರ ಜ್ಞಾನ ಮತ್ತು ಒಪ್ಪಿಗೆಯನ್ನು ಪಡೆಯಬೇಕು.

- ಶಾಲೆಗಳು ವಿದ್ಯಾರ್ಥಿಗಳ ವೈಯಕ್ತಿಕ ಮಾಹಿತಿಯನ್ನು ಕೇವಲ ಶೈಕ್ಷಣಿಕ ಉದ್ದೇಶಗಳಿಗಾಗಿ ಮಾತ್ರ ಬಳಸಬೇಕು.